FAST-TRACK SWAHILI

FAST-TRACK LANGUAGE SERIES

*Based on audio-training programs
developed and written by Dr. Peter Leimbigler
at Malaspina College, Nanaimo, B.C., Canada.*

Fast-Track German
Fast-Track Japanese
Fast-Track Mandarin

Fast-Track Dutch
Translation / adaptation by Huguet P.C. Pameijer

Fast-Track Czech
*Translation / adaptation by Jiří Vanhara,
Milan Fryščák, and Tatiana Jarošova*

Fast-Track European Spanish
Translation / adaptation by Eduardo Rosset Cardenal

Fast-Track European Portuguese
Translation / adaptation by Leland Guyer

Fast-Track Swahili
Translation / adaptation by Sharifa Zawawi

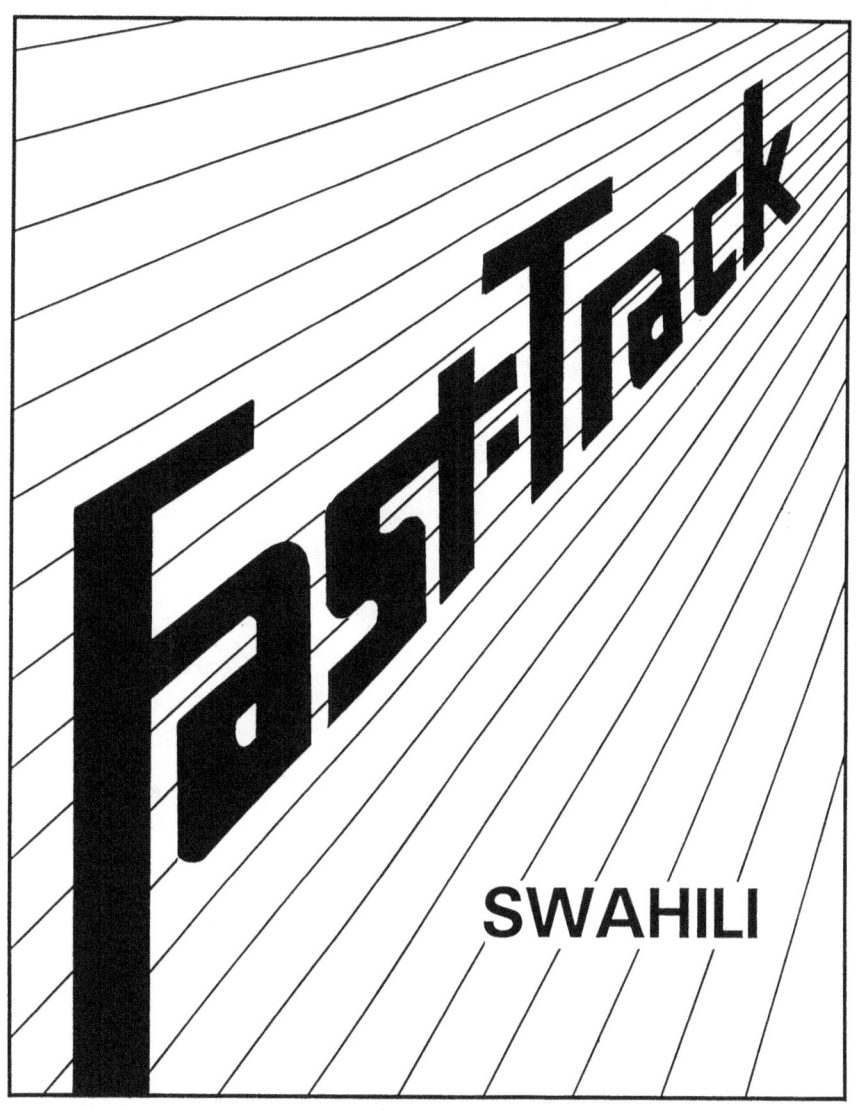

Fast-Track Swahili
translation / adaptation by Sharifa M. Zawawi

AUDIO·FORUM
A Division of Jeffrey Norton Publishers, Inc.
Guilford, Connecticut

Acknowledgments

The author, retired Professor of Swahili and Arabic, The City College of The City University of New York, gratefully acknowledges the recording assistance provided by Dr. Sam Bryan, language teacher, and Salim M. Salim, native Swahihi speaker from Zanzibar.

FAST-TRACK SWAHILI

Copyright © 1999 by Jeffrey Norton Publishers, Inc.
All rights reserved. Printed in the United States of America.

No part of this publication may be reproduced, stored in a retrieval system, or transmitted, in any form or by any means, electronic, mechanical, photocopying, recording, or otherwise, without the prior written permission of the publisher.

ISBN: 1-57970-077-2   (text and cassettes)
ISBN: 1-57970-078-0   (text only)

Published by Audio-Forum
a division of Jeffrey Norton Publishers, Inc.
On-The-Green, Guilford, CT 06437

Introduction

Fast-Track Swahili is an introductory-level course for *anyone* who wishes to acquire a confident and versatile command of modern spoken Swahili in a variety of practical situations. Both the audio tapes and the accompanying text have been specifically developed for self-instruction.

Since the emphasis of this course is on the spoken, *not* the written language, the cassettes are the primary tool of instruction. Grammatical explanations and theoretical considerations of usage are held to a minimum and given only when necessary for the understanding of a specific text passage.

In keeping with this practical objective, all dialogs, sentences, and expressions in this course are tied to concrete, everyday situations. There are no isolated words or expressions to be memorized.

Method and Materials

The materials of this course consist of six one-hour audio cassettes and a text of 24 lesson units. No additional aids, such as dictionaries or grammar books, will be necessary.

By hearing and imitating authentic statements and exchanges, the learner is introduced to Swahili in the most direct manner possible. In time, a regular routine of studying and repeating these statements leads to a working knowledge of Swahili pronunciation, word formation, and sentence structure, and gives the learner a familiarity with the language that goes beyond the specific sentences contained in the lessons.

How to Use the Program

For best results, you should go over each lesson in six steps:

Step One: Listen to each of the model dialogs and attempt to understand as much as you can while looking at its illustration (starting with Lesson 3). Make yourself familiar with the meaning of the dialog, by referring to the English translation, to the vocabulary, and to the notes. Use the Swahili transcript of the dialogs to identify the spoken passages.

Step Two: Listen to all model dialogs of the lesson consecutively, until you have reached an aural comprehension of the dialogs.

Step Three: Listen to the dialogs again, this time stopping the tape and repeating only the statements of the traveler, the customer, the hotel guest, etc. Do not repeat the statements of the train conductor, the salesperson, the hotel employee. For these, listen for comprehension.

Step Four: Proceed to the sentence-pattern part of the lesson. The patterns will already be known to you from the dialogs, but new words will be introduced in context. Find out what the sentences and expressions mean by referring to the vocabulary section.

Step Five: After having acquired a listening comprehension of the sentence patterns, listen again; this time, stop the tape after those expressions which you are likely to use actively during your stay in Swahili and repeat these expressions *aloud*.

Step Six: Proceed to the interactive part of the lesson. Follow the instructions and do the assignments. Do not think or whisper your part, but speak *aloud*. Repeat several times until you feel you have it correct. This is the part of the program which will give you the active command of spoken Swahili.

Suggestions

Each student of *Fast-Track Swahili* is likely to develop a certain individual approach to the lessons.

The experience of others, however, shows that it is best to move through the material as fast as possible, avoiding the hazards of getting "stuck" in the more challenging exercises and related material. The learner is advised not to work too long on any individual lesson, but rather to go on the next one, even if their is the feeling that the previous material has not been completely mastered. Frequent repetition in the newer lessons of patterns and vocabulary from the previous ones will provide constant "feedback" and reinforcement.

Generally speaking, brief but regular study sessions are more productive than lengthy but occasional exposure to the *Fast-Track Swahili* course.

Peter Leimbigler
creator of Fast-Track language series

CONTENTS

Introduction

Lesson 1	Introducing Oneself	1
Lesson 2	Greeting People	8
Lesson 3	Introducing Someone to a Third Party	17
Lesson 4	Meeting Businesspersons and a Journalist	30
Lesson 5	A Swahili Family	46
Lesson 6	Education	67
Lesson 7	People's Ages	84
Lesson 8	Which Language Shall We Speak?	106
Lesson 9	Invitation	118
Lesson 10	When and How Long?	144
Lesson 11	Asking for Directions	161
Lesson 12	Talking to the Taxi Driver and to the Conductor	176
Lesson 13	Buying Tickets for Travel	185
Lesson 14	Shopping	198
Lesson 15	At the Post Office	216

Lesson 16	Arranging a Long-Distance Phone Call	225
Lesson 17	Accepting and Making Phone Calls	235
Lesson 18	In a Restaurant	243
Lesson 19	Visiting / at the Dinner Table	252
Lesson 20	At Customs / at the Bank	266
Lesson 21	In a Hotel	277
Lesson 22	Miscellaneous: in a Barber Shop; in a Pharmacy; at the Doctor's; in a Photo Shop; Sickness and Medical Help	300
Lesson 23	Saying Good-Bye	314
Lesson 24	The Menu in a Swahili Restaurant	325
Alphabetical Word Index		335

Dialogue text lesson 1

LESSON 1 — INTRODUCING ONESELF
Businesspersons and travelers introduce themselves in Swahili…You get familiar with the sound of spoken Swahili.

1.1.1　Several businesspersons and travelers introduce themselves in Swahili. Listen:

Habari zako? Ningependa nijijulishe.
Jina langu Smith.
Mimi ni Mmarekani.
Na mfanya biashara.

　Habari zako? Ningependa nijijulishe.
　Jina langu Barbara Miller.
　Na mimi ni Mmarekani.
　Ninafanya kazi kwa Gazeti la New York Times.

Habari zako? Ningependa nijijulishe.
Jina langu Said Bakari.
Mimi ni Mswahili.
Mimi ni msafirishaji bidhaa.

　Habari zako? Ningependa nijijulishe.
　Jina langu Asha Juma.
　Mimi ni Mswahili.
　Mimi ni katibu.

Lesson 1

Dialogue text (ctd.)

Habari zako? Ningependa nijijulishe.
Jina langu John Harris.
Mimi ni Mwingereza.
Na mwandishi wa magazeti.

Habari zako? Ningependa nijijulishe.
Jina langu Thompson.
Mimi ni Mkanada.
Niko hapa Tanzania kwa likizo.

Habari zako? Ningependa nijijulishe.
Jina langu Johnson.
Mimi ni Muaustralia.
Niko likizo Afrika Mashariki.

Lesson 1

Dialogue translation

1.1.1

What's your news? I would like to introduce myself.
My name is Smith.
I am American.
I'm a business man.

What's your news? I would like to introduce myself.
My name is Barbara Miller.
I am American.
I work for the New York Times.

What's your news? I would like to introduce myself.
My name is Said Bakari.
I am a Swahili.
I am an importer.

What's your news? I would like to introduce myself.
My name is Asha Juma.
I am a Swahili.
I am a secretary.

What's your news? I would like to introduce myself.
My name is John Harris.
I am an Englishman.
I am a journalist.

Lesson 1

Dialogue translation (ctd.)

What's your news? I would like to introduce myself.
My name is Thompson.
I am Canadian.
I am in Tanzania on vacation.

What's your news? I would like to introduce myself.
My name is Johnson.
I am Australian.
I'm vacationing in East Africa.

Lesson 1

Sentence patterns

1.2.1 Now it is your turn. Introduce yourself to a fellow student. Do not mention your profession yet, you will learn that later. Turn to your fellow learner and simply say:

Habari zako? Ningependa nijijulishe.
Jina langu ...

And say your name
or say:

Habari zako? Ningependa nijijulishe.
Mimi ...

And say your name

1.2.2 If a person introduces himself or herself to you with these words, you say:

Habari zako?

or you may simply say:

Habari? ("News" with a question intonation)

or you use an interrogative adjective:

Habari gani? ("What's the news?)

1.2.3 Now introduce yourselves to one another.

Lesson 1

The new words

1.1.1

habari	news
zako	yours
ni	I
-ngependa	would like
penda	like
ku	to
-ji-	self
julisha	introduce
jina	name
langu	my
Mmarekani	American
mfanya biashara	businessperson
nafanya kazi	I work
kazi	work
fanya	do, make
kwa	for
Mswahili	a Swahili
katibu	secretary
msafirishaji	importer
bidhaa	goods
Mwingereza	English person
mwandishi habari	journalist
mwandishi	writer
gazeti	newspaper
Mkanada	Canadian
Muaustralia	Australian
kwenye likizo	on vacation
gani	what
kwenye	on
likizo	vacation

Lesson 1

The new words (ctd.)

Afrika Mashariki	East Africa
Mashariki	East
Afrika	Africa

Dialogue text lesson 2

LESSON 2	**GREETING PEOPLE** *How to greet the persons you meet .... Asking how someone is ... Answering to greetings and polite phrases.*

Among your acquaintances in Tanzania there are some Swahili-speaking persons. You witness Tanzanians addressing their Kenyan and Ugandan friends.

2.1.1 *Habari zako, Said? Hujambo?*
       Sijambo. Je na wewe?
       Mzima.

2.1.2 *Habari zako, Bibi Bakari? Nimefurahi kuonana nawe. Hujambo?*
       Ahsante. Sijambo. Na wewe?
       Mzima.

2.1.3 *Habari zako, Bibi Ali? Hujambo?*
       Sijambo. Na wewe?
       Sawa tu. Asante.

2.1.4 *U hali gani, Asha?*
       Mzima. Na wewe?
       Mzima pia.

2.1.5 *Habari, Peter! Habari Asha?*
       Njema. Je na nyinyi?
       Sisi wazima pia.

2.1.6 *Shikamoo, Bwana Mhina. Hatukuonana kitambo. M hali gani wewe na bibi yako? Nyote wazima?*
       Marahaba. Hatujambo. Ahsante. Je wewe u hali gani?

2.1.7 *Habari zako, Maryam. Hujambo?*
       Sijambo. Nina kazi nyingi.

2.1.8 *Habari zako, Ali? Mambo vipi? Sawa.*

Lesson 2

Dialogue translation

2.1.1 What's the news, Mr. Said? How are you?
I'm fine. And you?
I'm fine.

2.1.2 What's the news, Mrs. Bakari? I'm happy to meet you. How are you?
Thank you. I'm fine. And you?
Thank you. I'm well.

2.1.3 What's the news, Mrs. Ali? And how are you.
I'm fine. And you?
Just fine. Thank you.

2.1.4 How are you, Asha?
I'm fine. And you?
I'm also fine.

2.1.5 What's the news, Peter? What's the news, Asha?
Good. And you?
Fine.

2.1.6 Good morning, Mr. Mhina. We haven't seen each other for a long time. How are you and your wife? Are you now well?
Good morning. We have good health. Thank you. And how are you?

2.1.7 What's your news Maryam? How are you?
Good. I have a lot of work.

2.1.8 What's your news, Ali? How are things?
Just fine.

Lesson 2

Sentence patterns

2.2.1   Depending on the region, you may hear different greetings on the Coast:

Subalkheri   Good morning

Msalkheri   Good afternoon.

Chechee   Good morning/afternoon

Salaam alaykum.   Peace be on you.
or *Assalaamu alaykum.*

otherwise *Shikamoo* is a greeting for any time of the day and is used by a young person addressing an older person. The response is *Marahaba*.

2.2.2   If you know the person's name you should say:

Shikamoo, Bi Asha.
Shikamoo, Bwana Ali.
Msalkheri, Mwana Halima.
Msalkheri, Binti Ali.
Usiku mwema, Bwana Bakari.
Usiku mwema,, Mama Asha.

2.2.3   If you are on close terms with a person, then you only use his or her first name without the title:

Habari,Said.
Habari, Bakari.
Habari, Maryam.
Habari, John.

Lesson 2

Sentence patterns (ctd.)

Among students and young people you may hear:

Sawa Asha? Sawa Bakari?
They may respond: *Safi tu!*
or *Mambo?* or *Mambo vipi? How are things?*

2.2.4   Asking how someone is, you say:

Ali, hujambo?
Mwanaidi, hujambo?
Mwanao, hajambo?
Binti yako, hajambo
Familia yako, hawajambo?
Jamaa, hawajambo?
Mama watoto, hajambo?
Bwana, hajambo?
Wazazi, hawajambo?
Wazee, hawajambo?
Watu nyumbani, hawajambo?
Watoto, hawajambo?
Je, salama?

2.2.5   Or you may use inclusive plural:

Hamjambo nyumbani?	How are you at home?
Mnajionaje?	How do you all feel?

Lesson 2

Sentence patterns (ctd.)

2.2.6   Answering to the standard Swahili address:

Habari? / Habari zako? / Habari yako? / Habari gani?
you may say:

Njema.
Nzuri.
Salama.
Safi.
Sawa.
Si mbaya.
Ndiyo hivyo hivyo.

2.2.7   You may also add to these:

Njema tu, na wewe?
Njema na wewe?
Njema. Je wewe?

2.2.8   There are a few more sentences that may be used when addressing someone:

Wambaje?	How are you ?/ What do you say?
Mambo yanakwendaje?	How are things moving?
Ni kitambo tangu tuonane.	It's sometime since we met.
Habari za siku nyingi?	How have you been?

Lesson 2

Sentence patterns (ctd.)

2.2.9 Greeting someone who had not been feeling well sometime ago, you ask:

Hujambo sasa?
Hujambo kidogo?
Unajionaje sasa?
Uhali gani sasa?
Hali yako i vipi sasa?
Unajisikiaje sasa?
Mzima sasa?

2.2.10 The answer to these questions will be:

Sijambo, nashukuru.
Sijambo, asante.
Sijambo, Alhamdulillah.
Mzima, Alhamdulillah.
Mzima, nashukuru.
Sijambo kidogo.
Naona sijambo.

2.2.11 Speaking to a person who is ill or not feeling well, you may say:

Pole!

The response is:

Ahsante or
Nimekwisha shapowa. (Nimesha powa)

Lesson 2

The new words

2.1.1

Hujambo?	How are you? (There is nothing wrong with you.)
Sijambo.	I'm fine. (There is nothing wrong with me.)

2.1.2

Nimefurahi	I'm happy
kuonana	to meet with you
-onana	meet (see one another)
-ona	see
wewe	you (singular)

2.1.3

asante / ahsante	thank you

2.1.4

pia	also

2.1.5

wewe	you (singular)
nyinyi	you (plural)

2.1.6

Hatukukuona	we did not see you

Lesson 2

The new words (ctd.)

tu-	we
-ku-	past action
-ku-	you (object)
kitambo	a while
U hali gani?	How are you? / How is your condition?
U	you (singular pronounn)
Hajambo?	How is someone?
Unajionaje?	How do you feel? (see yourself?)

2.1.7

Nina kazi nyingi.	I have a lot of work.
Nina	I have
kazi	work
nyingi	much
hawajambo?	How are they?
-wa-	they
mama	Mrs., mother, lady
bwana	Mr., husband
baba	father
binti yako	your daughter
mwanao	your son or daughter
mwana	child

2.1.8

-o	possessive, your
watoto	children
familia / aila / ahali	family
jamaa	relatives
wazazi	parents

Lesson 2

The new words (ctd.)

wazee	parents, elders
watu	people
nyumbani	at home
salama	peaceful
mambo	things, matters
yanakwendaje?	how are they going?
mazuri	good

2.2.9

sasa	now
kidogo	a little
unajionaje?	how do you feel? (see yourself)
hali	condition
vipi	how
unajisikiaje?	how do you feel?

2.2.10

nashukuru	I am grateful
Alhamdulillah	God be praised

2.2.11

pole	sorry (in sympathy)
nimekwisha powa	I already feel better

Dialogue text lesson 3

LESSON 3 — INTRODUCING SOMEONE TO A 3RD PARTY

You meet three bankers from Switzerland, England, and East Africa. You learn how to ask about people.

You are visiting the trade fair in Arusha, East Africa. There you meet business persons and journalists from all over the world. Three bank managers are introduced to you by your East African business friend:

Mr. Martell
Swiss
from Zurich
represents the
WORLD BANK

3.1.1 *Ningependa kukujulisha na Bwana Martell.*
Bwana Martell ni Mswiss.
Anatoka Zurich.
Mjumbe wa World Bank.

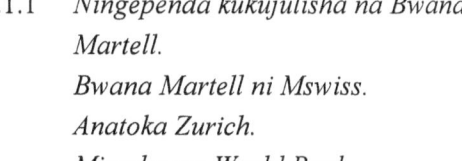

3.1.2 *Ningependa kukujulisha na Bwana Hannon*
Bwana Hannon ni Mwingereza.
Anatoka London.
Mjumbe wa Barclays Bank.

Mr. Hannon
Englishman
from London
represents the
BARCLAYS BANK

Mr. Bakari
East African
from Arusha
represents the
TANZANIA
NATIONAL BANK.

3.1.3 *Ningependa kukujulisha na Bwana Bakari. Bwana Bakari ni Mtanzania.*
Anatoka Arusha.
Mjumbe wa Benki Kuu ya Tanzania.

Lesson 3

Dialogue text (ctd.)

Having forgotten the details about the three gentlemen, you ask your Swahili host:

Mr. Martel
from Zurich
Represents the
WORLD BANK.

3.1.4 - *Huyu ni Bwana Martell?*
- *Ndiyo, huyo ni Bwana Martell.*
- *Yeye ni Mswiss?*
- *Ndiyo, yeye ni Mswiss.*
- *Anatoka Zurich?*
- *Ndiyo, anatoka Zurich.*
- *Yeye mjumbe wa WORLD BANK?*
Ndiyo, mjumbe wa WORLD BANK.

3.1.5 - *Bwana huyo ni nani?*
- *Huyu ni Bwana Hannon.*
- *Anatoka nchi gani?*
- *Bwana Hannon ni Mwingereza.*
- *Anatoka mji gani?*
- *Anatoka London.*
- *Nini cheo chake hapa?*
- *Yeye ni mjumbe wa Barclays Bank.*

Mr. Hannon
Englishman
from London
represents the
BARCLAYS BANK

Mr. Bakari
East African
from Arusha
represents the
TANZANIA
NATIONAL BANK.

3.1.6 - *Bwana huyo ni nani?*
- *Huyu ni Bwana Said*
- *Anatoka nchi gani?*
- *Anatoka Afrika Mashariki*
- *Anatoka mji gani?*
- *Anatoka Arusha.*
- *Nini kazi yake?*
- *Mjumbe wa Benki Kuu ya Tanzania*

Lesson 3

Dialogue translation

3.1.1   May I introduce you to Mr. Martell?
        Mr. Martell is Swiss.
        He is from Zurich.
        He represents the World Bank.

3.1.2   May I introduce you to Mr. Hannon?
        Mr. Hannon is an Englishman.
        He is from London.
        He represents the Barclays Bank.

3.1.3   May I introduce you to Mr. Bakari?
        Mr. Bakari is a Tanzanian.
        He is from Arusha.
        He represents the Tanzania National Bank.

3.1.4   Is this Mr. Martell?
        Yes, that's Mr. Martell.
        He is from Zurich.
        He represents the World Bank.

3.1.5   Who is this gentleman?
        That is Mr. Hannon.
        What country is he from?
        Mr. Hannon is an Englishman.
        What city is he from?
        He is from London.
        What is his status here?
        He represents the Barclays Bank.

Lesson 3

Dialogue translation (ctd.)

3.1.6 Who is this gentleman?
That is Mr. Hamadi.
What country is he from?
He is from East Africa.
What city is he from?
He is from Dar es Salaam.
What is his work here?
He represents the Tanzania General Bank.

Lesson 3

Sentence patterns

3.2.1   A person may be introduced by his or her last name.
Nakujulisha na Bwana Said
Nakujulisha na Bwana Maina.
Nakujulisha na Bibi Sengo.

Nikujulishe na Bwana Said?
Nikujulishe na Bwana Maina?
Nikujulishe na Bwana Sengo?
Ningependa nikujulishe na Bwana Said.
Ningependa nikujulishe na Bwana Maina.
Ningependa nikujulishe na Bwana Sengo.

3.2.2   You might choose to introduce a more familiar person by his or her first name:

Nakujulisha na Juma.
Nakujulisha na Daudi.
Nakujulisha na Mwajuma.

Nikujulishe na Juma?
Nikujulishe na Daudi?
Nikujulishe na Mwajuma?
Ningependa nikujulishe na Juma.
Ningependa nikujulishe na Daudi.
Ningependa nikujulishe na Mwajuma.

3.2.3   In Swahili there are several ways to denote a person's nationality. You may say:

Bwana Said ni Mtanzania.
Bwana Maina ni Mkenya.

Lesson 3

Sentence patterns (ctd.)

Or you may say:

Bwana Said ni mtu (or mwenyeji) wa Tanzania.
Bwana Maina ni mtu (or mwenyeji) wa Kenya.
Bi Asha ni mtu (or mwenyeji) wa Zanzibar / Unguja.
Bwana Said ni raia wa Tanzania.

3.2.4 Mentioning someone's nationality you may also say:

Bwana Said anatoka Tanzania.
Bwana Maina anatoka Kenya.
Bi Asha anatoka Zanzibar / Unguja.
Bwana Okot anatoka Uganda.

3.2.5 Mentioning a place where a person resides you may say:

Bwana Bakari ni mkaazi wa Arusha.
Bwana Mhina ni mkaazi wa Tanga.
Bi Tatu ni mkaazi wa Dar es Salaam.

3.2.6 When introducing businesspersons, you also mention the firm they represent:

Bwana Martell ni mjumbe wa World Bank.
Bwana Said ni mjumbe wa Bank ya Tanzania.
Bwana Hannon ni mjumbe wa Bengi ya Barclays.

Lesson 3

Sentence patterns (ctd.)

3.2.7   And these are the respective questions about a person:

Yule Bwana Martell?
Huyo Bwana Bakari?
Bwana Hannon ni Mwingereza?
Bwana Said ni mjumbe wa Banki ya Tanzania?
Bwana Martell anatoka Zurich?
Bwana Hannon ni mjumbe wa Banki ya Barclays?
Anatoka London?

3.2.8   The answers to all these questions being affirmative, you say:

Ndiye, Bwana Martell.

Ndiye, Bwana Bakari.

Ndiyo, Bwana Hannon ni Mwingereza or Ndiyo ni Mwingereza.

Ndiyo, Bwana Said ni mjumbe wa Bank ya Tanzania.

Ndiyo, Bwana Martell anatoka Zurich.

Ndiyo, Bwana Hannon ni mjumbe wa Benki ya Barclays.

Ndiyo, anatoka London.

Lesson 3

Sentence patterns (ctd.)

3.2.9 Not knowing anything about a person, the respective questions are:

Bwana yule ni nani?

Bibi yule ni nani?

Anatoka wapi?

Anatoka nchi gani?

Anafanya kazi gani?

Anafanya kazi hapa?

Lesson 3

The new words

3

kumjulisha	to introduce
mtu	someone
mwingine	another person
onana	meet
unajifunza	you learn

3.1.1

anatoka	he comes from
a-	he or she
-na-	present action, non-completed
-toka	come from / out
mjumbe	representative

3.1.4

huyu	this person
huyo	that person
ndiyo	it is so
yeye	he, she

3.1.5

nani	who?
nchi	country
gani	which? what? (after a noun)
mji	city, town
nini	what? (after a verb)
cheo	status

Lesson 3

The new words (ctd.)

yake — his, hers

3.1.6

kazi — work

3.2.1

nakujulisha — I introduce you
Nikujulishe? — May I introduce you?

3.2.2

mtu — person
mwenyeji — native, host
mkaazi — resident

3.2.3

ndiye — it is he / she

Lesson 3

Interactive tape exercises

3.3.1 (tape exercise) Answer the following questions affirmatively:

- *Huyu ni Bwana Martell?*
- *Ndiyo, ni Bwana Martell.*

- *Bwana Juma ni Mswahili?*
- *Ndiyo Bwana Juma ni Mswahili.*

Now it is your turn to answer:

Huyu ni Bwana Hannon? / Bwana Hannon ni Mwingereza? / Bwana Martell ni Mswiss? / Bwana Juma ni mjumbe wa Bank ya Tanzania? / Huyu ni Bwana Hannon? / Bwana Hannon anatoka London? / Bwana Hamadi anatoka Dar es Salaam? / Bwana Martell anatoka Zurich? / Bwana Hannon ni mjumbe wa Bank ya Barclays? / Bwana Hannon ni mjumbe wa World Bank?

3.3.2 (tape exercise) Answer the following questions relating to the first three illustrations:

- *Bwana huyu ni nani?*
- *Yeye ni Bwana Martell.*

- *Anatoka nchi gani?*
- *Anatoka Swiiza*

Now it is your turn to answer:

Bwana Hannon anatoka mji gani? / Bwana Hannon anafanya kazi gani? / Bwana huyu ni nani? / Bwana Juma anatoka nchi gani? / Yeye anatoka mji gani? / Anafanya nini hapa? / Bwana Hannon anatoka nchi gani? / Anafanya nini hapa?

Lesson 3

Interactive tape exercises (ctd.)

3.3.3 (tape exercise) A certain part of speech in the following sentences is not clearly intelligible. Ask back:

Bwana Hannon anatoka ~~London~~.
Bwana Hannon anatoka mji gani?

Bwana Martell ni mjumbe wa ~~World Bank~~.
Bwana Martell ana kazi gani?

Now it is your turn to answer:

Bwana Hannon ni ~~Mwingereza~~. / Bwana Hannon ni mjumbe wa ~~Barclays Bank~~. / Bwana Juma ni ~~Mswahili~~. / Bwana Juma anatoka ~~Dar es Salaam~~. / Bwana Martell ni mjumbe wa ~~World Bank~~. /
Bwana Martell ni ~~Mswiss~~. / Bwana Martell anatoka ~~Zurich~~. /
Bwana Juma ni mjumbe wa Bank ya ~~Tanzania~~.

3.3.4 Ask your fellow learners similar questions relating to the illustrations, using questions that are to be answered in the affirmative. Have them answer your questions.

3.3.5 Ask your fellow learners questions relating to the illustrations, using the questions:

Huyu ni nani?
Anatoka nchi gani?
Anatoka mji gani?
Ana kazi gani?

and have them answer your questions.

Lesson 3

Notes

Some important features of the Kiswahili language:

Pronouns	Swahili pronouns	Subject Prefixes
I am	*Mimi ni*	*Ni-*
You are (sg.)	*Wewe ni*	*U-*
He/ She is	*Yeye ni*	*A- / yu-*
We are	*Sisi ni*	*Tu-*
You are (pl.)	*Nyinyi ni*	*M-*
They are	*Wao ni*	*Wa-*

When you identify a person or a thing you use *"ni"*

> *Bakari ni Mswahili.*
> *Bwana Clinton ni Mmarekani.*
> *Bwana Hannon ni mjumbe wa World Bank.*

When you indicate the place where you come from you use *-toka*

> *Mimi ninatoka Afrika Mashariki.*
> *Wewe unatoka London.*
> *Bwana Hannon anatoka London.*

The *ni* prefix for the first person may be dropped:

> **ninatoka** becomes **natoka**

Dialogue text lesson 4

LESSON 4
MEETING BUSINESSPERSONS AND A JOURNALIST *You learn how to ask and answer questions about nationality, job, home town.*

4.1.1

Mrs. Ponti
Italian
from Rome

works for the newspaper OSSERVATORE ROMANO

Nikujulishe na Bibi Ponti?
Yeye ni Mtaliana. Anatoka Rome.
Yeye ni mfanya kazi wa gazeti la "Osservatore Romano".

4.1.2

Nikujulishe na mabwana Dupont na Claude? Wao ni Wafaransa. Wanatoka Paris. Wajumbe wa Shirika la Gari la Renault.

The gentlemen Dupont and Claude, Frenchmen, from Paris, represent the French auto firm RENAULT

Mr. Wang, Chinese
from Peking
machinery expert

4.1.3

Nikujulishe na Bwana Wang?
Bwana Wang ni Mchina.
Anatoka Beijing.
Yeye ni bingwa wa mitambo.

Lesson 4

Dialogue text (ctd.)

Some time later, you ask your Swahili host:

Mr. Bakari, East African, from Arusha represents the TANZANIA NATIONAL BANK.

4.1.4

- *Huyu ni Bwana Wang?*
- *Hapana. Huyo si Bwana Wang.*
- *Huyo ni Bwana Mwangi.*
- *Yeye ni Mswiss?*
- *Hapana, si Mswiss ni Mwafrika.*
- *Anatoka Cairo?*
- *Hapana, hatoki Cairo. Anatoka Nairobi.*
- *Yeye ni bingwa wa mitambo?*
- *Hapana, si bingwa wa mitambo. Ni mjumbe wa Bengi Kuu ya Kenya.*

Lesson 4

Dialogue text (ctd.)

The gentlemen Dupont and Claude, Frenchmen, from Paris,; represent the French auto firm RENAULT

4.1.5

- *Wale ni mabwana Martell na Hannon? - Hapana, wale si bwana Martell na*
bwana Hannon.
- *Hawa ni bwana Dupont na Bwana Claude.*
- *Wao ni Waswiss?*
- *Hapana si Waswiss ni Wafaransa.*
- *Wanatoka Strasbourg?*
- *Hapana hawatoki Strasbourg. Wanatoka Paris.*
- *Wao ni wajumbe wa shirika la magari la Citröen?*
- *Hapana, si wajumbe wa shirika la magari ya Citröen bali ni wajumbe wa shirika la magari ya Renault.*

Lesson 4

Dialogue translation

4.1.1
May I introduce Mrs. Ponti to you?
She is Italian.
She is from Rome.
She is a staff member of the newspaper "Osservatore Romano".

4.1.2
May I introduce to you the gentlemen Dupont and Claude?
They are Frenchmen.
They are from Paris.
They represent the French auto firm Renault.

4.1.3
May I introduce you to Mr. Wang?
Mr. Wang is Chinese.
He is from Peking.
He is a machinery expert.

4.1.4
Is this Mr. Wang?
No, that's not Mr. Wang. That's Mr. Mhina.
Is he Swiss?
No, he is not Swiss. He is African.

Is he from Cairo?
No, he is not from Cairo. He is from Nairobi.
Is he a machinery expert?
No, he is not machinery expert. He represents the General Bank of Kenya.

Lesson 4

Dialogue translation (ctd.)

4.1.5
Are those the gentlemen Martell and Hannon?
No, those are not the gentlemen Martell and Hannon.
These are the gentlemen Dupont and Claude.
Are they Swiss?
No, they are not Swiss. They are Frenchmen.
Are they from Strasbourg?
No, they are not from Strasbourg. They are from Paris.
Do they represent the French auto firm Citröen?

No, they do not represent the auto firm Citröen. They represent the auto firm Renault.

Lesson 4

Sentence patterns

4.2.1   The regular negation of a verb in a Swahili sentence is done by prefixing *ha-* to the verb and if the affirmative verb ends with the vowel *-a*, this vowel becomes i in the negative form:

Bwana Wang hatoki London.
Bibi Ponti hatoki Zurich.
Bwana Dupont na Bwana Claude hawatoki Peking.
Bwana Mwangi hatoki Cairo.
Bwana Hannon hatoki New York.

4.2.2   The negative is "*si*" when the sentence does not have a verb:
Bwana Wang si mkurugenzi wa World Bank.
Bwana Mwangi si mkurugenzi wa shirika la magari ya Renault.
Mabwana Dupont na Claude si wakurugenzi wa shirika la Citröen.
Bwana Wang si mkurugenzi wa Bank ya Kenya.
Bibi Ponti si mkurugenzi wa Bank ya Barclays.

Bwana Martell si Mtaliana.
Bwana Ponti si Mjerumani.
Bibi Ponti si Mfaransa.
Bwana Gutierrez si Muostria.

Erika si Muostria.
Isabel si Mjerumani.
John si Mfaransa.
Barbara si Mswiss.
Peter si Mkanada.
Bwana Dupont na Bwana Claude si Waspenish.
Klaus si mfanya kazi wa shirika la Renault.
Margarita si mtumishi wa Bank Kuu ya Kenya.
Gordon si bingwa wa mitambo.

Lesson 4

Sentence patterns (ctd.)

4.2.3 In an interrogative / negative form, the sentence will be:

Si Mtaliana Bwana Martell? or *Bwana Martell si Mtaliana?*
Si Mspanish Bwana Ponti?
Si Mfaransa Bibi Ponti?
Si Muostria Bwana Rodriguez?
Si Muostria Erika?
Si Mfaransa John?
Si Mswiss Barbara?
Si Mkanada Peter?
Si Waspenish Bwana Dupont na Bwana Claude?

Si mtumishi wa shirika la Renault Klaus?
Klaus si mtumishi wa shirika la Renault?
Si mtumishi wa Bank ya Kenya Brigitte?
Brigitte si mtumishi wa Benki ya Kenya?
Si bingwa wa mitambo Gordon? / Gordon si bingwa wa mitambo?

4.2.4 The expressions "*ha-*" and "*si*" are not used as a full answer negation. Use *Hapana* or *La* instead.
Pedro ni Mkanada?   Hapana.
Bwana Hannon ni Mwingereza?   Ndiyo.

4.2.5 You should be able to name nationalities and countries:
Mimi ni Mkanada. Mamangu ni Mkanada.
Tunatoka Kanada. Sisi ni Wakanada.

Rafiki yangu ni Mmarekani. Mume wake pia ni Mmarekani.
Wanatoka Marekani. Wao ni Wamarekani.

Bwana Hannon ni Mwingereza. Katibu wake pia ni Mwingereza.
Wanatoka Uingereza. Wao ni Waingereza.

Lesson 4

Sentence patterns (ctd.)

Ivan ni Mrusi. Mke wake ni Mrusi. Wanatoka Urusi.
Wao ni Warusi.

Pedro ni Muostria. Rafiki yake ni Muostria. Wanatoka Austria. Wao ni Waostria.

Marcel ni Mfaransa. Mke wake ni Mfaransa. Wao wanatoka Ufaransa.
Wao ni Wafaransa.

Gino ni Mtaliana. Msaidizi wake ni Mtaliana pia. Wanatoka Italy. Wao ni Wataliana.

Klaus ni Mjerumani. Erika ni Mjerumani pia. Wanatoka Ujerumani. Wao ni Wajerumani.

Bwana Stager ni Mswiss. Karani wake ni Mswiss.
Wanatoka Uswiss/Switzerland.
Wao ni Waswiss.

Bwana Wang ni Mchina. Bibi Wang ni Mchina pia.
Wanatoka Uchina. Wao ni Wachina.

Shigeru ni Mjapani. Yoriko ni Mjapani pia.
Wanatoka Ujapani. Wao ni Wajapani.

David ni Muausralia. Rafiki yake ni Muaustralia.
Wanatoka Australia. Wao ni Waustralia.

Lesson 4

Sentence patterns (ctd.)

4.2.6 If you wish to inquire which firm a person represents, you ask:

Bwana Wang ni mjumbe wa shirika lipi?

Bwana Mwangi ni mjumbe wa benki ipi?

Bwana Ponti ni mjumbe wa gazeti lipi?

Bwana Dupont na Bwana Claude ni wajumbe wa shirika la magari lipi?

Bwana Klaus ni mjumbe wa chama kipi?

Bwana Berg ni mjumbe wa chama cha wafanyakazi kipi?

Bwana Schulz ni mjumbe wa chuokikuu kipi?

Bwana Muller ni mjumbe wa shirika la ardhi lipi?

Bwana Davidson ni mjumbe wa shirika la ndege lipi?

Daktari Peters ni mjumbe wa shirika la madawa lipi?

Lesson 4

The new words

4

kujulisha	to introduce
wafanyabiashara	business persons
mwandishi habari	journalist

4.1.1

Mtaliana	Italian person
Rome	Rome
mfanyakazi	staff
wa gazeti	of the newspaper

4.1.2

mabwana	gentlemen
wao	they (male or female)
Wafaransa	French people (male and female)
wanatoka	they come from
wajumbe	representatives
wanawakilisha	they represent
shirika la magari	automobile firm
la Kifaransa	of France

4.1.3

Mchina	Chinese person (male or female)
ha-	does not
mitambo	machinery

Lesson 4

The new words (ctd.)

4.1.4

si	not

4.1.5

Wao si	they are not
Waswiss	Swiss persons (male or female)

4.2.1

hatoki	he does not come from
hawatoki	they do not come from
mkurugenzi	director / manager
wakurugenzi	directors / managers

4.2.2

Mtaliana	Italian (person)
Mfaransa	French (person)
Muostria	Austrian (person)
Mjerumani	German (person)
Mswiss	Swiss (person)
Wajerumani	Germans
mfanyakazi	employee
shirika	firm / company
wa	of
mtumishi	worker / employee

Lesson 4

The new words (ctd.)

4.2.3

Waspenish	Spanish people
bingwa	expert

4.2.5

Kanada	Canada
Wakanada	Canadians
kutoka	from
Marekani	the United States
Wamarekani	Americans
Waingereza	Englishmen
Mrusi	Russian (person)
Warusi	Russians
Mwarabu	Arab
Waarabu	Arabs
Muhindi	Indian
Wahindi	Indians
rafiki	friend
msaidizi	assistant
Waostria	Austrians
Ufaransa	France
pia	also
Uchina	China
Wachina	Chinese (people)
Mchina	Chinese (person)
Ujapani	Japan
Mjapani	Japanese (person)
Wajapani	Japanese (people)
Wataliana	Italians
Waswiss	Swiss (people)

Lesson 4

The new words (ctd.)

Mwaustralia   Australian (person)
Waustralia   Australians

4.2.6

bengi / benki   bank
chama cha/ wafanyakazi   labor union
ajency   agency
shirika la ardhi / majumba real estate firm
shirika la ndege   airline company
shirika la madawa   pharmaceutical firm

Lesson 4

Interactive tape exercises

4.3.1 (tape exercise) Look at the illustrations 4.1.1, 4.1.2 and 4.1.3. Answer the questions on the tape. The tape will confirm the right answer, which you should repeat.

Tape:	*Bibi Ponti ni Mjerumani?*
Student:	*Hapana, si Mjerumani. Ni Mtaliana.*
Tape:	*Hapana, si Mjerumani. Ni Mtaliana.*
Student:	*Hapana, si Mjerumani. Ni Mtaliana.*

Tape:	*Mabwana Dupont na Claude wanatoka Rome?*
Student:	*Hapana, hawatoki Rome. Wanatoka Paris.*
Tape:	*Hapana, hawatoki Rome. Wanatoka Paris.*
Student:	*Hapana, hawatoki Rome. Wanatoka Paris.*

Now is your turn to answer.

Bibi Ponti anatoka London? / Bibi Ponti ni mmoja wa wafanyakazi wa shirika la magari ya Renault? / Bwana Wang ni Mfaransa? / Mabwana Dupont na Claude ni Wakanada? / Bwana Dupont ni bingwa wa mitambo? / Bibi Ponti ni mjumbe wa shirika la Kifaransa la magari ya Renault? / Mabwana Dupont na Claude ni wajumbe wa shirika la Kifaransa la magari ya Citröen? / Bwana Wang anatoka Rome?

4.3.2 (tape exercise) Look at the same illustrations. Answer the questions on the tape, and repeat the confirmation.

Tape:	*Bwana Wang anatoka nchi gani?*
Student:	*Anatoka Uchina.*
Tape:	*Anatoka Uchina.*
Student:	*Anatoka Uchina.*

Lesson 4

Interactive tape exercises (ctd.)

Tape:	*Bi Janet ana kazi gani?*
Student:	*Ni mfanyakazi wa gazeti la "Uhuru".*
Tape:	*Ni mfanyakazi wa gazeti la "Uhuru".*
Student:	*Ni mfanyakazi wa gazeti la "Uhuru".*

Now it is your turn to answer.

Mabwana wale ni nani? / Bibi yule ni nani? Bibi Ponti anatoka mji gani? / Bibi Ponti ana kazi gani? / Mabwana Dupont na Claude wanatoka nchi gani? / Bwana Wang ana kazi gani? / Bibi Ponti anatoka nchi gani? / Bwana Wang anatoka mji gani? / Mabwana Dupont na Claude wana kazi gani? / Mabwana Dupont na Claude wanatoka mji gani?

4.3.3   (tape exercises) There is a blurred passage in the following statements. Ask back. Repeat the tape's confirmation.

Tape:	*Bibi Ponti ni ~~Mtaliana~~.*
Student:	*Bibi Ponti anatoka nchi gani?*
Tape:	*Bibi Ponti anatoka nchi gani?*
Student:	*Bibi Ponti anatoka nchi gani?*
Tape:	*Bwana Wang ni ~~bingwa wa mitambo~~.*
Student:	*Bwana Wang ana kazi gani?*
Tape:	*Bwana Wang ana kazi gani?*
Student:	*Bwana Wang ana kazi gani?*

Lesson 4

Interactive tape exercise (ctd.)

Now it is your turn to answer.

Mabwana Dupont na Claude ni ~~Wafaransa~~. / Bi Janet ni mfanyakazi wa ~~gazeti la "Uhuru"~~. / Bwana Wang anatoka Beijng. / Mabwana Dupont na Claude wanatoka ~~Paris~~. / Mabwana Dupont na Claude ni wajumbe wa ~~shirika la Kifaransa la magari ya Renault~~. / Bwana Dupont ni ~~Mfaransa~~. / Bwana Wang ni ~~Mchina~~. / Bibi Ponti anatoka ~~Rome~~. / Bwana Claude anatoka ~~Paris~~.

Dialogue Text lesson 5

| LESSON 5 | **A SWAHILI FAMILY**
 You meet the Bakari, a Swahili family... You learn how to refer to relatives, friends, acquaintances and colleagues. |

Mr. Bakari shows you pictures of his family and his friends:

My family:
- my daughter
- my son
- my wife (Asha)

5.1.1
- *Hii ni familia (aila) yangu: mke wangu, mvulana wangu na binti yangu.*
- *Bibi yako anaitwaje?*
- *Mke wangu jina lake Asha.*

Relatives, friends, acquaintances and colleagues

5.1.2
- *Na hawa hapa ni wazazi wangu, rafiki, masahibu na wafanyakazi wenzangu.*

Lesson 5

Dialogue text (ctd.)

My parents:

my mother

my father
(pharmacist,
isn't working
any more)

5.1.3
- *Hawa ni wazazi wangu:*
- *Nini kazi ya babako?*
- *Babangu ni mpimadawa. Amestaafu.*

5.1.4
- *Hawa ni ndugu zangu. Kakangu ameoa. Huyu ni mke wake. Ndugu yangu mdogo ameposa. Mchumba wake hakuweza kufika. Hayuko katika picha. Wakati huo alikuwa safarini Kanada.*
- *Ndugu zako wanaitwaje?*
- *Kakangu anaitwa Said, Ndugu yangu mdogo anaitwa Ali.*

My brothers: elder brother Daudi (married),

younger brother Ali engaged,
fiancee couldn't come, is not in the picture;
was on a Canada trip when picture was taken.

My sister, the youngest in the family;
her boyfriend (they are in love)
They both go to school
(too young to get married)

5.1.5

- *Msichana huyu mdogo ni ndugu yangu wa kike. Yeye mdogo kabisa katika familia. Huyu ni mchumba wake. Wanapendana. Wote wawili wanakwenda chuokikuu. Bado wadogo sana kuoana.*

Lesson 5

Dialogue translation

5.1.1   That's my family: my wife, my son, and my daughter.
        What's your wife's name?
        My wife's name is Asha.

5.1.2   And these here are relatives, friends, acquaintances and colleagues.

5.1.3   These are my parents: my father and my mother.
        What's your father's profession?
        My father is a pharmacist. He is retired.

5.1.4   These are my siblings. My elder brother is married.
        This is his wife. My younger brother is engaged. His fianceé could not come.
        She is not in the picture. At that time she was on a trip through Canada.
        What are your brothers' names?
        My elder brother's name is Said. My youngest brother's name is Ali.

5.1.5   This young lady is my sister. She is the youngest in the family. This is her boyfriend. They are in love (with each other). They both go to college. They are still too young to marry.

Lesson 5

Sentence patterns

5.2.1 It is important to know a few terms of family relationship:

Hii ni familia (aila) yangu.

Huyu ni mume wangu.

Huyu ni mke wangu.

Hawa ni wanangu.

Huyu ni mvulana wangu. / mwanangu wa kiume.

Huyu ni binti yangu.

Hawa ni wazazi wangu.

Huyu ni babangu na huyu ni mamangu.

Huyu ni ndugu yangu wa kiume / kakangu.

Huyu ni ndugu yangu wa kike / dadangu.

Hawa ni binti zangu / wanangu wa kike.

Hawa ni ndugu zangu wa kiume / kaka zangu.

Hawa ni ndugu zangu wa kike / dada zangu.

Huyu ni mchumba wangu

Lesson 5

Sentence patterns (ctd.)

5.2.2   Members of one's family are sometimes referred to by their first names. Otherwise the father or mother is referred to by the name of their first son or daughter as *Mama Ali* and *Baba Ali*:

Mume wangu jina lake George. / Mume wangu anaitwa George.
Mke wangu jina lake Julia / Mke wangu anaitwa Julia. Mwanangu anaitwa Salim.
Binti yangu anaitwa Maryamu.
Wanangu wanaitwa Rajabu na Bahati.

5.2.3   Inquiring about the names of persons, you say:

Wewe jina lako nani? or Wewe unaitwaje?
Mumeo jina lake nani? / Mumeo anaitwaje?
Mkeo jina lake nani? / Mkeo anaitwaje?
Wanao wanaitwaje?
Wao wanaitwaje?
Wale watu wawili wanaitwaje?
Bwana yule anaitwaje?
Bibi yule anaitwaje?
Mabwana wale wanaitwaje?
Mabibi wale wanaitwaje?
Bibi yule mdogo anaitwaje?
Mtoto yule anaitwaje?
Msichana yule anaitwaje?
Wewe unaitwaje?
Mnaitwaje?
Mumeo anaitwaje?
Mkeo anaitwaje?
Wanao wanaitwaje?

Lesson 5

Sentence patterns (ctd.)

5.2.4   This is how you ask about a person's job or profession:

Wewe una kazi gani?
Mumeo ana kazi gani?
Ndugu yako wa kiume ana kazi gani?
Mwanao wa kiume ana kazi gani?
Rafiki yako ana kazi gani?
Sahibu yako ana kazi gani?
Wanao wana kazi gani?
Ndugu zako wana kazi gani?
Nyinyi mna kazi gani?

5.2.5   The answers to these questions might be:

Kazi yangu ni mwenye duka.
Mume wangu anafanya kazi ya bank.
Ndugu yangu wa kiume anafanya kazi ya uhandisi.
Mwanangu wa kiume anafanya kazi ya uprofesa / ualimu.
Rafiki yangu anafanya kazi ya uanasheria.
Sahibu yangu anafanya kazi ya ukulima.
Wanangu wanajifunza.
Ndugu yangu wa kike anafanya kazi ya ukatibu.
Ndugu yangu wa kiume anafanya kazi kwa serikali.

Lesson 5

Sentence patterns (ctd.)

5.2.6   A short way of answering would be:

Mimi ni mwenye duka / Mimi ni mfanyabiashara.
Mume wangu ni mtumishi wa bank.
Ndugu yangu wa kiume ni muhandisi.
Mwanangu wa kiume ni profesa.
Rafiki yangu ni mwanasheria.
Sahibu yangu ni mkulima
Wanangu ni wanafunzi / Wanangu wanasoma.
Ndugu yangu wa kike ni katibu.
Ndugu yangu wa kiume ni mtumishi wa serikali.

5.2.7   And this is how you refer to someone else's relations:

Huyu ni sahibu yangu / Huyu ni mwenzangu.
Mwanawe anaitwa Daudi.
Mkewe ni mwalimu.
Binti yake ni katibu.
Ndugu yake wa kiume ni mwanafunzi.
Huyu ni sahibu yangu. Ndugu yake wa kike ni mwanasheria.
Ndugu yake wa kiume ni hakimu / jaji.
Ndugu yake wa kike ni mwanafunzi.

Lesson 5

Sentence patterns (ctd.)

5.2.8 Inquiring about a person's family status you say:

Je wewe umeoa?
Je ndugu yako ameoa? / Je kakako ameoa?
Je ndugu yako ameolewa? / Je dadako ameolewa?

5.2.9 The answers to these questions will be:

Ndiyo nimeolewa / Ndiyo, nimeoa.
Hapana ndugu yangu hajaoa.
Hapana, ndugu yangu hajaoa.
Bwana Hannon alikuwa ameoa.
Bi Carmen alikuwa anampenda mtu.
Erika bado mdogo kuolewa.
Sijui.
Hatujui.

Lesson 5

The new words

5.

familia / aila / ahali	family
familia ya Waswahili	Swahili family

5.1.1

familia yangu	my family
-naitwa	is called
jina lake	his/her name
mke wangu	my wife

5.1.2

jamaa	relatives
rafiki	friend
sahibu	acquaintance
wafanyakazi wenzangu	colleagues

5.1.3

wazazi wangu	my parents
babako	your father
kazi	profession, work
kazi yake	his / her job
mpimadawa	pharmacist
amestaafu	he/she has retired

Lesson 5

The new words (ctd.)

5.1.4

ndugu	brother or sister, sibling
ndugu wa kiume	brother
kaka	older brother
ndugu wa kike	sister
dada	older sister
ameoa	he is married
ameolewa	she is married
huyu	this person
ndugu yangu	my sibling
wa kiume mdogo	my younger brother
ameposa	he is engaged
ameposwa	she is engaged
mchumba	boy / girl friend, fiancé/ fianceé
weza	able
picha	picture
katika picha	in the picture
-likuwa	was
hakuwa	was not
wakati huo	at that time
safari	journey
-itwa	called, named
nini	what
jina	name
jina lake	his / her name
majina yao	their names
ndugu zako wa kiume	your brothers

Lesson 5

The new words (ctd.)

5.1.5

msichana	girl
bibi mdogo	young lady
bibi huyu mdogo	this young lady
mdogo kabisa	the youngest
rafiki	friend
mchumba wake	his fianceé/ her fiancé
rafiki yake	his / her friend
anapenda	he / she is in love
wanakwenda	they go
chuokikuu	college, university
skuli / shule	school
bado	still
mdogo sana	very young
kuoa	to marry
kuolewa	to be married

5.2.1

watoto / wana	children
mwana / mtoto wa kiume	son/ boy
binti	daughter
dada / ndugu wa kike	sister
kaka / ndugu wa kiume	brother

Lesson 5

The new words (ctd.)

5.2.2

Jina lake nani?	What's his / her name?
Anaitwaje?	What is he / she called?
bibi	lady
mabibi	ladies
bi mdogo	young lady
mvulana	boy
mvulana huyu	this boy
wewe	you
je?	question indicator
mume wako / mumeo	your husband
mke wako / mkeo	your wife
wanao	your children

5.2.4

mtumishi wa bank	bank employee
mwanasheria	lawyer
jaji / hakimu	judge
mwanafunzi	student
anajifunza	he / she studies

5.2.9

ameolewa	she is married
sijui	I don't know
hatujui	we don't know
ujenzi	architecture
katibu	secretary

Lesson 5

Interactive tape exercises

5.3.1 Answer the questions, all of the persons mentioned being married. Repeat the confirmation of the tape.

    Tape: *Bwana Juma ameoa?*
    Student: *Ndiyo, ameoa.*
    Tape: *Ndiyo, ameoa.*
    Student: *Ndiyo ameoa.*

    Tape: *Wewe umeoa?*
    Student: *Ndiyo, nimeoa.*
    Tape: *Ndiyo, nimeoa.*
    Student: *Ndiyo, nimeoa.*

Now it is your turn:

Bi Ponti ameolewa? / Wewe umeoa / umeolewa? / Ali ameoa? / Mabwana Dupont na Claude wameoa? / Nyinyi mmeoa? / Nyinyi mmeolewa? / Bwana Juma ameoa? / Bi Asha ameolewa? / Wewe umeoa? / Susan na Alfredo wameoana? / Bakari ameoa? / Huyu Bi mdogo ameolewa?

Lesson 5

Interactive tape exercises (ctd.)

For initial reference, check the following chart which tells you when to use which personal pronoun prefix. The pronouns are here used with the verb

	You	I
one person male	*Umeoa*	*Nimeoa*
one person female	*Umeolewa*	*Nimeolewa*
a number of persons	You	We
male	*Mmeoa*	*Tumeoa*
female	*Mmeolewa*	*Tumeolewa*
	He / She	They
male person / persons	*Ameoa*	*Wameoa*
female person / persons	*Ameolewa*	*Wameolewa*

Lesson 5

Interactive tape exercises (ctd.)

5.3.2 (tape exercise) Answer the questions, using the profession supplied. Repeat the confirmation of the tape.

Tape:	*Babako anafanya kazi gani?*
Student:	*Yeye ni mpimadawa.*
Tape:	*Yeye ni mpimadawa.*
Student:	*Yeye ni mpimadawa.*
Tape:	*Nyinyi mna kazi gani?*
Student:	*Sisi ni maprofesa.*
Tape:	*Sisi ni maprofesa.*
Student:	*Sisi ni maprofesa.*

Now it is your turn:

Mkeo anafanya kazi gani? (katibu) / Bwana Wang ana kazi gani? (muhandisi) / Sahibu yako anafanya kazi gani? (mkulima) / Mkeo anafanya kazi gani? (mwalimu) / Sahibu yako ana kazi gani? (mwanasheria) / Huyu bibiye mdogo ana kazi gani? (mfanyakazi wa bank) / Bwana huyu ana kazi gani? (mfanyakazi wa bank) / Ndugu yako wa kike anafanya kazi gani? (mwanasheria) / Babake Ali ana kazi gani? (jaji/hakimu) / Wasichana hawa wanafanya kazi gani? (wanakwenda chuokikuu) / Ndugu yako wa kiume ana kazi gani? (mjenzi)

Lesson 5

Interactive tape exercises (ctd.)

Again you may check the chart for quick reference. The word that appears with the pronouns is *-na* "with/have"

First person	*nina* (I have)
	tuna (We have)
Second person	*una* (You have)
	mna (You have)
Third person male or female	*ana* (He / She has)
male or female	*wana* (they have)

Inanimate object will depend on class prefix :

chuokikuu	*kina* (the university has)
nchi	*ina* (the country has)
gazeti	*lina* (the newspaper has)

Lesson 5

Interactive tape exercises (ctd.)

5.3.3 (tape exercises) Answer the questions, using the names supplied. Repeat the confirmation of the tape.

Tape:	*Mtoto yule anaitwaje?*
Student:	*Anaitwa Maryam.*
Tape:	*Anaitwa Maryam.*
Student:	*Anaitwa Maryam.*
Tape:	*Bwana yule anaitwaje?*
Student:	*Anaitwa Bakari.*
Tape:	*Anaitwa Bakari.*
Student:	*Anaitwa Bakari.*

Now it is your turn:

Mtu yule anaitwaje? (Ali Bakari) / Katibu wako anaitwaje? (Julia) / Ndugu zako wanaitwaje? (Sam na Susan) / Msichana yule anaitwaje? (Asha) / Wale watu wawili wanaitwaje? (Francis na Barbara) / Bibi yule anaitwaje? (Ponti) / Wewe unaitwaje? (George) / Mtumishi wako anaitwaje? (Albert Martin) / Wanao wanaitwaje? (Ali na Daudi) / Sahibu yako anaitwaje? (Daudi Juma) / Sahibu yako anaitwaje? (Radhiya Bakari) / Wafanyakazi wenzio wanaitwaje? (Daudi na Maryam) / Mnaitwaje? (Monica na Victor).

Lesson 5

Interactive tape exercises (ctd.)

Again, the following chart will tell you which pronoun form to use in which case. Use this chart for initial reference only.

First person	*Ninaitwa* (I'm called)	*Tunaitwa* (We are called)
Second person	*Unaitwa* (You are called)	*Mnaitwa* (You are called)
Third person	*Anaitwa* (He / She is called)	*Wanaitwa* (They are called)

Inanimate noun uses appropriate class prefix:

kinaitwa (*chuokikuu*) (It is called...)

inaitwa (*nchi*)

linaitwa (*gazeti*)

Lesson 5

Interactive tape exercises (ctd.)

5.3.4 (tape exercises) Answer the following questions affirmatively, using the possessive pronouns: *-angu, -ako, -ake, -etu, -enu, -ao* respectively.
The tape will confirm your answer, and you repeat this confirmation.

Tape:	*Yule ni binti yako?*
Student:	*Ndiye, binti yangu.*
Tape:	*Ndiye, binti yangu.*
Student:	*Ndiye, binti yangu.*
Tape:	*Yule ni babako?*
Student:	*Ndiye, babangu.*
Tape:	*Ndiye, babangu.*
Student:	*Ndiye, babangu.*

Now it is your turn to answer to answer:

Yule ni dadake Bwana Ponti? / Yule ni mchumba wa Ali? / Yule ni rafiki yako? / Yule ni kakake Susan? / Wale ni wazazi wa Susan? / Yule ni mwenziwe Bwana Wang? / Yule ni sahibu yako? / Yule ni mamake Erika? / Yule ni babake Erika? / Wale ni wazazi wake Erika? / Yule ni mamake Ali? / Yule ni mke wako? / Yule ni mwanao? / Yule ni ndugu yake Bwana Bakari? / Wale ni wazazi wako? / Yule ni ndugu yake Ali? / Yule ni mume wake Erika? / Ile ni familia yako? /

Lesson 5

Interactive tape exercises (ctd.)

For reference, you may check the following chart telling you in which cases to use which pronouns.

The Use of Possessive pronouns in Swahili

	Your *-ako*		Your *-enu*
one	*yako* (your)		*yenu*
more	*zako* (your)		*zenu*

	Mine *-angu*		Our *-etu*
one	*yangu / wangu*		*yetu / wetu*
more	*zangu / wangu*		*zetu / wetu*

	His/her - *ake*		Their *-ao*
one	*yake / wake*		*yao / wao*
more	*zake / wake*		*zao / wao*

Abbreviation of *dada yake* is *dadake*; *mama yangu* is *mamangu*, and *baba yako* is *babako*. Nouns which begin with *m-* in singular and *wa-* in the plural take *wa-* prefix as in *mzazi wangu* my parent or *wazazi wangu* my parents.

Inanimate nouns which begin with *ki-* or *ch-* take *ch-* for the singular and *vy-* for more than one: *chumba changu* my room; *vitu vyangu* my things

Lesson 5

Interactive group exercise

5.3.5 Ask your fellow learners about their family status and about their family members' jobs or professions. Use the following questions:

Umeoa? (to a man) / Umeolewa? (to a woman)

Ndugu zako wameoa?

Dadako / Ndugu yako wa kike ameolewa?

Kakako / Ndugu yako wa kiume ameoa?

Ndugu zako wanafanya kazi gani?

Babako anafanya kazi gani?

Kakako / Ndugu yako wa kiume anafanya kazi gani?

Dadako / Ndugu yako wa kike anafanya kazi gani?

Dialogue text lesson 6

| **LESSON 6** | **EDUCATION**
Going to the various kinds of schools, learning foreign languages, studying at university ...The main professions. |

Mr. Bakari's children

Daudi is learning English and French, would like to spend a year in Canada.

Jamila is learning English.

6.1.1
- *Bwana Bakari, wanao wanakwenda shule?*
- *Ndiyo, wote wawili wanakwenda shule ya juu.*
- *Wanajifunza lugha za kigeni huko?*
- *Ndiyo, wanajifunza. Asha anajifunza Kiingereza. Daudi anajifunza Kiingereza na Kifaransa. Anataka kwenda Kanada kwa muda wa mwaka.*
- *Wanao wanataka kuwa nani au nini baadaye?*
- *Hawajui bado.*

I have one son

He is studying medicine, he wants to become a doctor...

He's also studying foreign languages. Besides German, he knows English and Swahili well.
He travels a lot. Next year he wants to go to the U.S.

6.1.2
- *Una familia?*
- *Nimeoa. Nina mwana wa kiume. Anasoma Nairobi.*
- *Anajifunza nini?*
- *Anasomea utibabu. Anataka kuwa daktari. Pia anajifunza lugha za kigeni.*
- *Anajua lugha gani?*
- *Baada ya Kiswahili anajua vizuri Kiingereza na Kijerumani. Anasafiri sana. Atapenda kwenda Marekani mwakani.*

67

Lesson 6

Dialogue translation

6.1.1
Bwana Bakari, do your children go to school?
Yes, they both go to high school.
Are they learning foreign languages there?
Yes, they are. Asha is learning English, Daudi is learning English and French. He wants to go to Canada for a year.
What do your children want to become?
They don't know yet.

6.1.2
Do you have a family?
I am married. I have a son. He is studying in Nairobi.
What is he studying?
He is studying medicine. He wants to become a medical doctor.
He is also studying foreign languages.
What languages does he know?
Besides Swahili he knows English and German well. He travels a lot. He would like to go to the U.S.A. next year.

Lesson 6

Sentence patterns

6.2.1   You are inquiring which school a person is attending:

Mwanao anakwenda shule ya msingi?
Mwanao yuko shule ya msingi?
Mwanao anahudhuria shule ya msingi?

Binti yako anakwenda skuli?
Binti yako yuko skuli?
Binti yako anahudhuria skuli?

Nyinyi mnakwenda chuokikuu?
Nyinyi mnajifunza chuokikuu?
Mnajifunza chuokikuu?
Mnakwenda chuokikuu?

Unachukua masomo ya chuokikuu?
Ali anajifunza chuokikuu?
Ali na Asha wanajifunza chuokikuu?
Wewe unajifunza chuokikuu?
Nyinyi mnajifunza chuokikuu?

Lesson 6

Sentence patterns (ctd.)

6.2.2 You want to know about a person's knowledge of foreign languages.

Mtoto wenu wa kiume anajifunza lugha?
Mnajifunza Kiingereza?
Unajifunza Kiingereza?
Binti yenu anajifunza Kijerumani?
Binti yako anajifunza Kijerumani?
Msaidizi wako anajifunza Kiswahili?
Katibu wako anajifunza Kifaransa?
Mkeo anajifunza Kirusi?
Rafiki yako anaweza kusema Kirusi?
Babako anaweza kusema Kifaransa?
Mamako anaweza kusema Kitaliana?
Wafanya kazi wenzako wanaweza kusema Kijerumani?
Wewe unaweza kusema Kiingereza?
Ali anajifunza lugha?
Wewe unajifunza lugha?
Bi Maryam anajifunza Kiingereza?
Lugha gani unajifunza?
Bwana Said anajifunza Kifaransa?
Nyinyi mnajifunza Kispenish / Kihispania?
Nyinyi mnajifunza Kijerumani?
Mnajifunza lugha gani?
Wewe unajifunza Kichina?
Unajifunza lugha gani?
Unajifunza Kiswahili?

Lesson 6

Sentence patterns (ctd.)

6.2.3   You hear the following answers:

Mimi najifunza Kiingereza.
Ali anajifunza Kifaransa na Kiingereza.
Sisi tunajifunza Kirusi.
Wanangu wanajifunza Kijerumani.
Naweza kusema Kiingereza.
Ali anaweza kusema Kiingereza na Kifaransa.
Sisi tunaweza kusema Kirusi.
Wanangu wanaweza kusema Kijerumani.
Sijifunzi lugha, najifunza utibabu.
Bwana Said hajifunzi Kiingereza, anajifunza Fizikiya.
Sisi hatujifunzi Kifaransa, tunajifunza Kemiya.
John na Daudi hawajifunzi Kijerumani, wanajifunza Uchumi.

6.2.4   You might want to ask what profession a young person is working towards:

Hasani anataka kuwa nani?
Wewe unataka kuwa nani?
Nyinyi mnataka kuwa nani?
Juma na Rajabu wanataka kuwa nani?
Wanao wanataka kuwa nani?

Lesson 6

Sentence patterns (ctd.)

6.2.5 You will be told what kind of career the person has in mind:

Said anataka kuwa daktari / mtibabu.
Mimi nataka kuwa mwanasheria.
Sisi tunataka kuwa walimu.
Wao wanataka kuwa wahandisi.
Said anataka awe daktari / mtibabu.
Mimi nataka niwe mwanasheria.
Sisi tunataka tuwe walimu.
Wao wanataka wawe wahandisi.

6.2.6 If the person is undecided he or she might say:

Sijui.	*Bado sijui.*
Hatujui.	*Bado hatujui.*
Hajui.	*Bado hajui.*
Hawajui.	*Bado hawajui.*

Lesson 6

The new words

6.

elimu	education
mafunzo	training

6.1.1

skuli / shule	school
shule ya msingi	primary school
shule ya juu	high school
shule ya sekondari	secondary school
-jifunza	learn
huko	there
-najifunza	is / are learning
Kiingereza	English
Kifaransa	French
Kiarabu	Arabic
Kihindi	Indian / Hindi
Kiswahili	Swahili
-taka	want
mwaka	year
mmoja	one
kuwa	to become
-we	to become
hawajui	they don't know

Lesson 6

The new words (ctd.)

6.1.2

-oa(m.) /	
-olewa(f.)	married
anajifunza	he is studying
utibabu	medicine
daktari	doctor
lugha	language(s)
lugha ya kigeni	foreign language
lugha za kigeni	foreign languages
gani	which, what kind
anaweza kusema	he can speak
anaweza	he is able, can
kusema	to speak
sema	speak
baada ya	after
vizuri	well
anasafiri	he travels
sana	a lot
mwakani	next year
mwaka kesho	next year
anataka	he / she wants

6.2.1

unajifunza	you study (singular)
mnajifunza	you study (plural)

Lesson 6

New words (ctd.)

6.2.2

Kirusi	Russian language
wanaweza kusema	they can speak
tunaweza kusema	we can speak
unaweza kusema	you can speak
unaweza kusema...?	can you speak...?
wanaweza kusema	they can speak
tunaweza kusema	we can speak
mnaweza kusema	you can speak (plural)
mnaweza kusema...?	can you speak...? (pl.)
Kichina	Chinese language

6.2.3

najifunza /ninajifunza	I learn
Fizikiya	Physics
Kemiya /Kemistri	Chemistry
Uchumi	Economics

6.2.4

unataka	you want
utapenda	you would like
mnataka	you want (pl.)

6.2.5

daktari /mtibabu	doctor

Lesson 6

The new words (ctd.)

mwanasheria / wakili	lawyer
profesa	professor
mwalimu	teacher
muhandisi	engineer
anataka kuwa /awe	he / she wants to become

6.2.6

sijui	I don't know
hatujui	we do not know
hujui	you don't know
hamjui	you don't know
hajui	he does not know
hawajui	they don't know

Lesson 6

Interactive tape exercise

6.3.1 (tape exercise) Answer the following questions affirmatively. Repeat the tape's confirmation.

    Tape: *Unaweza kusema Kijerumani?*
    Student: *Ndiyo naweza kusema Kijerumani.*
    Tape: *Ndiyo, naweza kusema Kijerumani.*
    Student: *Ndiyo, naweza kusema Kijerumani.*

    Tape: *Ali na Saida wanaweza kusema Kiingereza?*
    Student: *Ndiyo, wanaweza kusema Kiingereza.*
    Tape: *Ndiyo, wanaweza kusema Kiingereza.*
    Student: *Ndiyo, wanaweza kusema Kijerumani.*

Now it is your turn:

Bwana Hannon anaweza kusema Kijerumani? / Bibi Ponti anaweza kusema Kiingereza? / Wewe unaweza kusema Kifaransa? / Bibi na Bwana Krausen wanaweza kusema Kiingereza? / Mnaweza kusema Kihispania? / Bwana Bakari anaweza kusema Kirusi? / Binti yako anaweza kusema Kichina? / Wafanyakazi wenzako wanaweza kusema Kiingereza? / Mkeo anaweza kusema / Kiingereza? / Wewe unaweza kusema Kitaliana? / Bibi yule anaweza kusema Kiswahili? / Bwana yule anaweza kusema Kijerumani.

Lesson 6

Interactive tape exercises (ctd.)

The following chart shows the present tense of the verb *anaweza* "be able"

6.3.2 (tape exercises) Now you are supposed to ask about someone's knowledge of foreign langauges. Whether your question is right or wrong, always repeat the tape's confirmation.

Tape:	(Ask Ali if he knows English)
Student:	*Ali, unaweza kusema Kiingereza?*
Tape:	*Ali unaweza kusema Kiingereza?*
Student:	*Ali unaweza kusema Kiingereza?*
Tape:	(Ask if they know Swahili)
Student:	*Mnaweza kusema Kiswahili?*
Tape:	*Mnaweza kusema Kiswahili?*
Student:	*Mnaweza kusema Kiswahili?*

Lesson 6

Interactive tape exercises (ctd.)

> Ask Mr. and Mrs. Bakari if they know English / Ask if Saida knows Russian / Ask Ali and Saida if they know Italian / Ask if Barbara and Erika know Swahili / Ask if Ali and Saida know Chinese / Ask Saida if she knows English/ Ask if Mr. Hannon knows German / Ask if Mr. Bakari knows French.

Again you may get initial assistance for the use of the verb *weza* "able" from the following chart:

Unaweza?	Can you?	(addressing one person)
Anaweza?	Can he/she?	
Mnaweza?	Can you?	(addressing several persons)
Wanaweza?	Can they?	

6.3.3 (tape exercises) Answer the following questions, using the subject suggested by the tape. Repeat the tape's confirmation.

Tape:	*Ali anajifunza nini? (Fizikiya)*
Student:	*Anajifunza Fizikiya.*
Tape:	*Anajifunza Fizikiya.*
Student:	*Anajifunza Fizikiya.*
Tape:	*Gloria anajifunza nini? (Utibabu)*
Student:	*Anajifunza Utibabu.*
Tape:	*Anajifunza Utibabu.*
Student:	*Anajifunza Utibabu.*

Lesson 6

Interactive tape exercises (ctd.)

Now it is your turn:

Wewe unajifunza nini? (lugha) / Watoto wenu wanajifunza nini? (Uchumi) / Wewe unajifunza nini? (Kifaransa) / Mwanao wa kiume anajifunza nini? (Sheria) / Mtoto wenu wa kike anajifunza nini? (Kemiya) / Ndugu yako wa kiume anajifunza nini? (Kiingereza)

The following chart shows you how most Swahili verbs change their prefix for the appropriate person:

Unaweza?	Can you?	(addressing one person)
Anaweza?	Can he/she?	
Mnaweza?	Can you?	(addressing several people)
Wanaweza?	Can they?	

6.3.4 (tape exercise) Answer the questions about a student's later profession, saying that the person in question does not know yet. Repeat the tape's confirmation.

Tape:	*Mtoto wenu wa kiume anataka kuwa nani?*
Student:	*Bado hajui.*
Tape:	*Bado hajui.*
Student:	*Bado hajui.*

Tape:	*Wewe unataka kuwa nani?*
Student:	*Bado sijui.*
Tape:	*Bado sijui.*
Student:	*Bado sijui.*

Lesson 6

Interactive tape exercises (ctd.)

Now it is your turn:

Unataka kuwa nani? / Wanao wanataka kuwa nani? / Nyinyi mnataka kuwa nani? / Ndugu yako wa kiume anataka kuwa nani? / Binti yako anataka kuwa nani?

6.3.5   Tape: *Asha anataka kuwa nani? (mwalimu)*
Student: *Anataka kuwa mwalimu.*
Tape: *Anataka kuwa mwalimu.*
Student: *Anataka kuwa mwalimu.*

Tape: *Nyinyi mnataka kuwa nani?*
Student: *Tunataka kuwa madaktari.*
Tape: *Tunataka kuwa madaktari.*
Student: *Tunataka kuwa madaktari.*

Now it is your turn:

Unataka kuwa nani? (daktari) / Abudu anataka kuwa nani? (mkulima) / Wewe unataka kuwa nani? (mhandisi) / Mwana wenu anataka kuwa nani? (mfanya biashara) / Binti yenu anataka kuwa nani? (mwanasheria) / Henry anataka kuwa nani? (jaji/hakimu) / Ndugu yako wa kiume anataka kuwa nani? (mwalimu) / Wanao wanataka kuwa nani? (wapimamadawa)

ninataka	I want	tunataka	we want
unataka	you (sg.) want	mnataka	you(pl.) want
		wanataka	they want

Lesson 6

Interactive group exercises

6.3.6 Answer the following questions not knowing the answers. Use the following questions pattern:

Unaweza kusema Kiswahili? Not knowing the answer, you say:
Sijui.   Hatujui.

Babako anaweza kusema Kiswahili?
Wazazi wako wanaweza kusema Kiswahili?
Wanao wanaweza kusema Kifaransa?
Kakako anaweza kusema Kitaliana?
Dadako anaweza kusema Kijapani?
Mwanao anaweza kusema Kichina.

6.3.7 Ask your fellow learners if their children attend school:

Wanao wanakwenda shule?
Mwanao anakwenda shule?
Wanao wanajifunza?
Binti yako anakwenda shule / skuli?
Binti yako anajifunza?

Lesson 6

Interactive group exercises (ctd.)

6.3.8 Ask your fellow learners what professions their children are planning to have:

Wanao wanataka kuwa nani?
Binti yako anataka kuwa nani?
Mwanao wa kiume anataka kuwa nani?

Not knowing the answer to one of these questions, you say:

Sijui.   *Hatujui.*

If you want to say that your children do not know yet, you answer:

Hawajui bado.
Hajui bado.

Dialogue text lesson 7

| LESSON 7 | PEOPLE'S AGE
By referring to the ages of people you learn Swahili numerals...
Where people live, work, how they like it. |

This is an acquaintance:

She lives in the country near Bububu.
She's forty. She's a housewife, her husband
is a farmer. They have a farm with 30 cows.
They are very busy.

7.1.1

- *Nani huyu?*
- *Huyu ni jamaa yangu.*
- *Anaishi wapi?*
- *Anaishi shamba karibu na Bububu.*
- *Ana miaka mingapi?*
- *Ana miaka arbaini.*
- *Ameolewa?*
- *Ndiyo, ameolewa.*
- *Anafanya kazi gani?*
- *Anatunza nyumba yake. Mumewe ni mkulima. Wana shamba lenye ng'ombe thelathini.*
  Wao wana kazi nyingi.

7.1.2

- *Jamaa yako ana watoto?*
- *Ndiyo ana watoto wa kiume wane.*
- *Wanawe wana miaka mingapi?*
- *Wanawe ni miaka 15,17,19 na 21.*
- *Wavulana wanasaidia kazi shambani?*
- *Wawili bado wanakwenda shule. Mmoja anasaidia.
  Mkubwa anafanya kazi mjini.*
- *Anafanya kazi gani?*
- *Yeye ni dereva wa teksi.*
- *Anaipenda Bububu?*
- *Ana marafiki wengi.
  Nafikiri anaipenda sana.*

She has four sons: two still go to school.
One is helping in the operation. The oldest works in the city.

He has many friends there.
I think he likes it very much…

Lesson 7

Dialogue translation

7.1.1   Who is this?
        This is a relative of mine.
        Where does she live?
        She lives in the country near Bububu.
        How old is she?
        She is forty years old.
        Is she married?
        Yes, she is.
        What is her job?
        She is a housewife. Her husband is a farmer.
        They have a farm with thirty cows. They have a lot of work.

7.1.2   Does your relative have children?
        Yes, she has four sons.
        How old are her sons?
        The boys are 15, 17, 19 and 21.
        Do the sons help on the farm?
        Two (of them) are still going to school. One is helping on the farm.
        The eldest is working in the city.
        What does he do?
        He is a taxi driver.
        Does he like Bububu?
        He has many friends. I think he likes it very much.

Lesson 7

Sentence patterns

7.2.1   Asking where a person lives, you say:

Jamaa yako anaishi wapi?
Wewe unaishi wapi?
Wanao wa kiume (wavulana wako) wanaishi wapi?
Wanao wa kike (binti zako) wanaishi wapi?

Familia ya Bwana Mwita wanaishi Arusha? / Wanawe wanaishi wapi? / Bibi Mwita anaishi wapi? / Watoto wenu wanaishi wapi?

7.2.2   You are now told where all these persons are living:

Jamaa yangu anaishi karibu na Nairobi.
Sisi tunaishi Kanada.
Mimi ninaishi shambani.
Wavulana wangu wanaishi mjini.
Wavulana wake wanaishi Tanga.

Wavulana wake wanaishi Malindi.
Wavulana wako wanaishi Malindi.
Wavulana wangu wanaishi Mji wa kale.

7.2.3   And this is how a person is asked about his or her age:

Mna miaka mingapi? / Mna umri gani?
Una miaka mingapi? / Una umri gani?
Binti yako ana miaka mingapi?

Lesson 7

Sentence patterns (ctd.)

Wavulana wako wana miaka mingapi?
Mvulana wenu ana miaka mingapi?
Binti yenu ana miaka mingapi?

7.2.4   The ages of twelve children are mentioned to you:

Mvulana wangu ana	*mwaka*	*mmoja*
Binti yangu ana	*miaka*	*miwili*
Binti yetu ana	*miaka*	*mitatu*
Mvulana wetu ana	*miaka*	*mine / minne*
Ali na Saida wana	*miaka*	*mitano*
Jamila ana	*miaka*	*sita*
Mvulana wangu ana	*miaka*	*saba*
Binti yangu ana	*miaka*	*minane*
Mvulana wetu ana	*miaka*	*tisa*
Binti yetu ana	*miaka*	*kumi*
Wavulana wenu wana	*miaka*	*kumi na mmoja / moja*
Yeye ana	*miaka*	*kumi na miwili / mbili*

Lesson 7

Sentence patterns (ctd.)

7.2.5   Now the ages of several adults are mentioned:

Mvulana wangu mkubwa ana   miaka ishirini
Mke wangu ana miaka   thelathini
Bwana Mwita ana miaka   arbaini
Mfanyakazi mwenzangu ana miaka   khamsini / hamsini
Kakangu ana miaka   sitini
Mamangu ana miaka   sabini
Babake ana miaka   themanini
Mamake ana miaka   tisini
Yeye ana miaka   mia

7.2.6   More persons are introduced by age:

Nuru ana miaka   kumi na tatu / mitatu
Mimi nina miaka   thelathini na moja
Bwana Hannon ana miaka   arbaini na saba
Mkewe ana miaka   arbaini na nne
Yeye ana miaka   tisini na tisa

7.2.7   Asking a person if he or she has children, you say:

Una watoto?
Sahibu yako ana watoto?
Bwana na Bibi Jamal wana watoto?
Wewe una watoto?
Nyinyi mna watoto?

Lesson 7

Sentence patterns (ctd.)

7.2.8 You might get the following answers:

Ndiyo, tuna watoto watatu.
Sahibu yangu ana watoto wane.
Bibi na Bwana Otieno wana watoto wane.
Nina mtoto mmoja.
Hapana hatuna watoto.

7.2.9 You ask about a person's job:

Je wewe unafanya kazi?
Mvulana wako anafanya kazi?
Ndugu zako wanafanya kazi?
Wewe unafanya kazi?
Nyinyi mnafanya kazi?

7.2.10 You are told what job he or she has:

Yeye ni dereva wa teksi.
Mvulana wangu anafanya kazi mjini.
Ndugu zangu wanafanya kazi kiwandani.
Nafanya kazi ya muandalizi.
Sisi hatufanyi kazi. Bado tunakwenda shule.

Lesson 7

Sentence patterns (ctd.)

7.2.11 Now you ask if a certain person likes it in a certain place:

Unaipenda Tanzania?
Mvulana wako anaipenda Nairobi?
Binti yako anaipenda Malindi?
Wewe unapapenda hapa?
Mnapapenda hapa?
Unakipenda chuokikuu hiki?

7.2.12 If a person likes it, you will hear:

Naipenda Tanzania.
Naipenda sana Tanzania.
Mvulana wangu anaipenda Nairobi.
Watoto wetu wanaipenda Marekani.
Binti yangu anaipenda Lamu.
Mimi napapenda sana hapa.
Sisi tunapapenda sana hapa.
Ndiyo, nakipenda sana.

Lesson 7

The new words

7.

umri	age

7.1.1

una	you have
mwaka	year
miaka	years
-ngapi?	how many?
-ishi	live
wapi?	where?
shamba	country
karibu	near
Una miaka mingapi?	How old are you? / How many years do you have?
arbaini	forty
anatunza nyumba yake	she looks after her house
ng'ombe thelathini	30 cows

7.1.2

nne	four
Wavulana wako wana umri gani?	How old are your sons?
kumi na tano	15
kumi na saba	17
kumi na tisa	19
ishirini na moja	21

Lesson 7

The new words (ctd.)

wanasaidia	they help
Anafanya nini?	What does he do?
wawili (wao)	two (of them)
mmoja (wao)	one (of them)
anasaidia	he/she helps
mkubwa (zaidi)	the eldest
dereva wa teksi	taxi driver
Anaipenda?	Does he like it?
sana	much
nafikiri	I think
-fikiri	think

7.2.1

Unaishi wapi?	Where do you live?
sahibu	companion
mvulana wako	your boy (son) live?
binti yako	your daughter
wanao wa kiume	your male children
wanao wa kike	your female children

7.2.2

sisi	we
mimi	I
wavulana	boys
wasichana	girls
binti yenu	your (pl.) daughter

7.2.3

miaka	years
umri	age
mvulana wenu	your (pl.) boy
mwaka mmoja	one year
miaka miwili	two years

Lesson 7

The new words (ctd.)

7.2.4

binti yetu	our daughter
mitatu	3 (years)
mvulana wetu	our boy
minne	4 (years)
mitano	5
sita	6
saba	7
minane	8
tisa	9
kumi	10
kumi na moja	11
kumi na mbili	12

7.2.5

mtoto wangu	my child
watoto wetu	our children
mkubwa	my eldest son
ishirini	20
khamsini / hamsini	50

Lesson 7

The new words (ctd.)

kakangu	my older brother
sitini	60
sabini	70
themanini	80
tisini	90
mia	100

7.2.6

kumi na tatu	13
thelathini na moja	31
arbaini na saba	47
arbaini na nne	44
tisini na tisa	99

7.2.7

Familia ya Bwana Bakari	Bakari's family
una	you have

7.2.8

ndiyo, bila shaka	yes, of course
hapana	no

7.2.9

Unafanya kazi?	Do you work?
Mnafanya kazi?	Do you (pl.) work ?
Kazi yako nini?	What is your job?
Kazi yenu nini?	What is your (pl.) job?

Lesson 7

The new words (ctd.)

7.2.10

muandalizi   waitress

7.2.11

Mvulana wako/mwanao   your son
anaipenda?   does he like it?

7.2.12

Mwanangu anaipenda.	my son He/She likes it.
Watoto wetu wanaipenda.	Our children like it.
Binti yangu anaipenda.	My daughter likes it.
Mimi naipenda.	I like it.
Sisi tunaipenda.	We like it.

Lesson 7

List of Numerals

1	*-moja*	42	*arbaini na mbili*
2	*-wili/mbili*	43	*arbaini na tatu*
3	*-tatu*	50	*khamsini / hamsini*
4	*-nne/ne*	51	*khamsini na moja*
5	*-tano*	52	*khamsini na mbili*
6	*-sita*	53	*khamsini na tatu*
7	*-saba*	60	*sitini*
8	*-nane*	61	*sitini na moja*
9	*-tisa*	62	*sitini na mbili*
10	*-kumi*	63	*sitini na tatu*
11	*-kumi na moja*	70	*sabini*
12	*-kumi na mbili*	71	*sabini na moja*
13	*-kumi na tatu*	72	*sabini na mbili*
14	*-kumi na nne*	73	*sabini na tatu*
15	*-kumi na tano*	80	*themanini*
16	*-kumi na sita*	81	*themanini na moja*
17	*-kumi na saba*	82	*themanini na mbili*
18	*-kumi na nane*	83	*themanini na tatu*
19	*-kumi na tisa*	90	*tisini*
20	*-ishirini*	91	*tisini na moja*
21	*-ishirini na moja*	92	*tisini na mbili*
22	*-ishirini na mbili*	93	*tisini na tatu*
23	*-ishirini na tatu*	100	*mia (mia moja)*
24	*-ishirini na nne*	101	*mia na moja*
25	*-ishirini na tano*	110	*mia na kumi*
26	*-ishirini na sita*	1000	*elfu*
27	*-ishirini na saba*	10,000	*elfu kumi*
28	*-ishirini na nane*	100,000	*laki*
29	*-ishirini na tisa*	200,000	*laki mbili*
30	*-thelathini*	825931	*laki nane,* ***ishirini na tano elfu mia tisa na thelathini na moja***
31	*-thelathini na moja*		
32	*-thelathini na mbili*	1 million	*milioni moja*
33	*-thelathini na tatu*	10 million	*milioni kumi*
40	*-arbaini*	1 billion	*bilioni moja*
41	*-arbaini na moja*	1 trillion	*trilioni moja*

Lesson 7

Interactive tape exercises

7.3.1 (tape exercise) Answer the following questions, using the locations suggested by the tape. Repeat the tape's confirmation.

Tape: *Bwana Otieno anaishi wapi? (Nairobi)*
Student: *Anaishi Nairobi.*
Tape: *Anaishi Nairobi.*
Student: *Anaishi Nairobi.*

Tape: *Wewe unaishi wapi? (Zanzibar)*
Student: *Naishi Zanzibar.*
Tape: *Naishi Zanzibar.*
Student: *Naishi Zanzibar.*

Now it is your turn:

Wanao wanaishi wapi? (Kanada) / Mwanao wa kiume anaishi wapi? (karibu na Nairobi) / Binti yako anaishi wapi? (Zanzibar) / Ali anaishi wapi? (pia Zanzibar) / Katibu wako anaishi wapi? (Magomeni) / Dadako anaishi wapi? (shambani karibu na Bububu) / Babako anaishi wapi? (Uganda)

Lesson 7

Interactive tape exercises (ctd.)

7.3.2 (tape exercise) Answer the following questions, performing a simple calculation. *Mara* means "times", *Na* means "and". Repeat the tape's confirmation.

Tape: *Nne na mbili ni ngapi?*
Student: *Nne na mbili ni sita.*
Tape: *Nne na mbili ni sita.*
Student: *Nne na mbili ni sita.*

Tape: *Mbili mara sita ni ngapi?*
Student: *Mbili mara sita ni kumi na mbili.*
Tape: *Mbili mara sita ni kumi na mbili.*
Student: *Mbili mara sita ni kumi na mbili.*

Now it is your turn calculating:

Moja mara moja ni ngapi? / Moja na mbili ni ngapi? Nne na tatu ni ngapi? / Mbili mara tatu ni ngapi? / Tano na nne ni ngapai? / Mbili mara tano ni ngapi? / Nane na tatu ni ngapi? / Tisa na nne ni ngapi? / Mbili mara kumi ni ngapi? / Mbili mara ishirini na tano ni ngapi? / Mbili mara thelathini ni ngapi? / Sitini na kumi ni ngapi? / Mbili na arbaini ni ngapi? / Kumi na saba na ishirini ni ngapi? / Tisini na tano ni ngapi? / Mbili mara khamsini ni ngapi?

Lesson 7

Interactive tape exercises (ctd.)

7.3.3 (tape exercise) Ask for the age of the people mentioned by the tape. Repeat the tape's confirmation.

Tape: (babake)
Student: *Babake ana miaka mingapi?*
Tape: *Babake ana miaka mingapi?*
Student: *Babake ana miaka mingapi?*

Tape: *(Katibu wa Bwana na Bibi Sengo)*
Student: *Katibu wa Bwana na Bibi Sengo ana miaka mingapi?*
Tape: *Katibu wa Bwana na Bibi Sengo ana miaka mingapi?*
Student: *Katibu wa Bwana na Bibi Sengo ana miaka mingapi?*

Now it is your turn to ask:

Watoto wa Bwana na Bibi Bakari / Bibi Bakari / wewe / mwanao / binti yako / wanao / dadako / mamako / babako / mwalimu wako / mwanasheria wako / rafiki zako / mke wa Bwana Hamadi / muandalizi / rafiki yako.

Lesson 7

Interactive tape exercises (ctd.)

7.3.4 (tape exercise) Answer the questions, using the ages suggested by the tape. Use the forms for *Mimi, Wewe, Yeye, Sisi, Nyinyi, Wao* appropriately. Repeat the tape's confirmation.

Tape: *Binti yako ana miaka mingapi? (sita)*
Student: *Binti yangu ana miaka sita.*
Tape: *Binti yangu ana miaka sita.*
Student: *Binti yangu ana miaka sita.*

Now it is your turn to name the ages:

Dadake Ali ana miaka mingapi? (12) / Mtoto wa Bwana na Bibi Bakari ana miaka mingapi? (19) / Ndugu zako wana miaka mingapi? (24 na 26) / Wazazi wako wana miaka mingapi? (68 na 73) / Babako ana miaka mingapi? (55) / Wanao wana miaka mingapi? (2,4,7) / Mwanao ana miaka mingapi? (15) / Boss wa Bwana Makame ana miaka mingapi? (63) / Wana wa Bibi Moro wana miaka mingapi? (16 na 19) / Mwalimu wenu ana miaka mingapi? (38)

Lesson 7

Interactive tape exercise (ctd.)

7.3.5   (tape exercise) Answer the following questions affirmatively. Repeat the tape's confirmation.

Tape: *Unapenda kuwapo Kenya?*
Student: *Napenda sana.*
Tape: *Napenda sana.*
Student: *Napenda sana.*

Now it is your turn:

Unaipenda Kanada? / Bwana Wang anapenda kuwapo Kenya? / Ali na Saida wanaipenda Uingereza? / Sahibu zako wanapenda kuwapo shamba? / Watoto wenu wanaupenda mji? / Mtoto wa Bwana Hannon anaipenda Nairobi? / Mwenzako Mwingereza anaipendaUganda? / Mwenzako Mfaransa anaipenda Quebec? / Mabwana Dupont na Claude wanaipenda Paris? / Wewe unaipenda Afrika Mashariki? / Mnaipenda Swiiza? / Mwanao anaipenda skuli? / Binti yako anakipenda chuokikuu?

Lesson 7

-penda "like"

one *andazi*	several *maandazi*
mimi ninalipenda	*ninayapenda*
wewe unalipenda	*unayapenda*
yeye analipenda	*anayapenda*
sisi tunalipenda	*tunayapenda*
nyinyi mnalipenda	*mnayapenda*
wao wanalipenda	*wanayapenda*

-pendi "don't like"

mimi silipendi	*siyapendi*
wewe hulipendi	*huyapendi*
yeye halipendi	*hayapendi*
sisi hatulipendi	*hatuyapendi*
nyinyi hamlipendi	*hamyapendi*
wao hawalipendi	*hawayapendi*

Lesson 7

Interactive tape exercise (ctd.)

7.3.6 (tape exercise) Answer the following questions, assuming the person or persons in question have one child. Ask if it is a son or a daughter, alternate. This time there is no tape confirmation for you to repeat.

Tape: *Una watoto?*
Student: *Nina mtoto mmoja.*
Tape: *Una mtoto wa kiume au wa kike?*
Student: *Nina binti mmoja.*

Tape: *Bwana Hannon ana watoto?*
Student: *Ana mtoto mmoja.*
Tape: *Ana mvulana au msichana?*
Student: *Ana msichana mmoja.*

Now it is your turn to answer:

Una watoto? / Mna watoto? / Bibi Juma ana watoto? / Ndugu yako ana watoto? / Mwalimu wako ana watoto? / Mwalimu wenu ana watoto? / Sahibu zenu wana watoto?

\-na "with / have"			
mimi	*nina*	*sisi*	*tuna*
wewe	*una*	*nyinyi*	*mna*
yeye	*ana*	*wao*	*wana*

Lesson 7

Interactive group exercises

7.3.7 Ask your fellow learners where they and their friends and relatives are living. Use the following expressions:

Unaishi wapi? *Binti yako anaishi wapi?*
Watoto wako wanaishi wapi? *Mwenzio anaishi wapi?*
Wazazi wako wanaishi wapi? *Babako anaishi wapi?*
Mwanao anaishi wapi? *Mamako anaishi wapi?*

7.3.8 Ask for the ages of your fellow learners and their relatives and friends:

Una miaka mingapi? *Kakako ana miaka mingapi?*
Wanawo wana miaka mingapi? *Dadako ana miaka mingapi?*
Babako ana miaka mingapi? *Mwanao ana miaka mingapi?*

7.3.9 Ask your fellow learners if they have children, sisters, brothers:

Una watoto? *Una binti mmoja?*
Una ndugu wa kike? *Una mwana wa kiume?*

7.3.10 Having found out where someone lives, ask if she or he likes it there:

Unaipenda ? *Unaipenda Kanada?*
Unapapenda mahali hapa? *Unaipenda Toronto?*
Unaipenda Ulaya? *Unaipenda Vancouver?*

Dialogue text lesson 8

LESSON 8
WHICH LANGUAGE SHALL WE SPEAK?
How to express one's knowledge of foreign languages...
What to say if you don't understand.

8.1.1

Mr. Dupont, do you speak Swahili?

Yes I speak Swahili Are you American?

No, I'm Canadian. My language is English. I learned Swahili in school.

Speak English, then! I also can speak English!

- *Bwana Dupont, unasema Kiswahili?*
- *Ndiyo, nasema Kiswahili.*
- *Wewe ni Mmarekani?*
- *Hapana, mimi ni Mkanada. Lugha yangu ni Kiingereza.*
- *Basi tuseme Kiingereza! Mimi pia najua Kiingereza.*
- *Nitapenda kujizoeza kusema Kiswahili..*
- *Bwana Dupont, ulijifunza Kiswahili wapi?*
- *Nilipitisha mwaka Nairobi nikiwa mwanafunzi.*

8.1.2

- *Habari, Tom. Sikukuona kwa muda mrefu! Umeshajua Kiswahili?*
- *Kidogo. Niko hapa miezi sita na nina marafiki wengi Waswahili.*
- *Tuseme Kiswahili basi!*
- *Vyema kwa furaha.*

Hi, Tom I haven't seen you for along time! Can you already speak Swahili?

A little bit. I've already been here for six months and I have many Swahili friends.

Lesson 8

Dialogue translation

8.1.1

> Mr. Dupont, do you speak Swahili?
> Yes, I speak Swahili. Are you American?
> No, I'm Canadian. My language is English.
> Let us speak English then! I also know English.
> I would like to practice my Swahili.
> Mr. Dupont, where did you learn Swahili?
> I spent a year in Nairobi as a student.

8.1.2

> Hello, Tom. I haven't seen you for a long time!
> Do you already know Swahili?
> A little. I have been here for six months.
> Let us speak Swahili then.
> Well, gladly.

Lesson 8

Sentence patterns

8.2.1 Here is a standard form of inquiring about a person's language skills:

Unaongea Kiswahili?
Mke wako anaongea Kiingereza?
Wazazi wako wanaongea Kifaransa?
Unaongea Kirusi?
Mnaongea Kitaliana?

8.2.2 Depending on his or her language skills the answer will be:

Ndiyo, naongea / nasema Kiswahili. Sisemi Kiswahili vizuri.
Ndiyo, mke wangu anasema Kiingereza vizuri sana.
Kwa bahati mbaya wazazi wangu hawasemi Kifaransa. Wanasema Kiingereza tu. Mimi nasema Kirusi kidogo.
Sisi tunasema Kitaliana tu kidogo.

8.2.3 If you want to suggest a certain language for conversation, you may say:

Basi tuongee / tuseme Kiswahili!
Basi tuongee / tuseme Kiingereza!
Basi tuongee / tuseme Kifaransa!
Ongea / Sema Kiswahili!

Lesson 8

Sentence patterns (ctd.)

8.2.4   In referring to the past, the following forms are used:

- Ulijifunza wapi kusema Kiswahili? /
Umejifunza wapi kusema Kiswahili?

- Nilijifunza chuokikuu / Nimejifunza chuokikuu.

- Bwana Dupont alijifunza Kiswahili katika chuokikuu gani?
- Alijifunza katika chuokikuu cha Dar es Salaam.

- Wafanyakazi wenzako walifanya kazi wapi?
- Walifanya kazi shambani.

- Ulisaidia katika kazi?
- Ndiyo, nilisaidia.

- Uliongea Kifaransa katika Kanada?
- Hapana, Kanada niliongea Kiingereza tu.

(You might use *ulisema* instead of *uliongea* and vice versa)

8.2.5   If you don't understand you say:

Ulisema nini? Unasemaje?
Sikufahamu.
Tafadhali rudia. / Tafadhali sema tena.
Sikusikia ulivyosema.

Lesson 8

The new words

8.

lugha	language
lugha gani?	what language?
tunataka	we want
wanataka	they want

8.1.1.

nasema	I speak
unasema	you (sg.) speak
sema	speak
lugha yangu	my language
yapasa useme	you ought to speak
najua	I know
nitapenda	I would like
kujizoeza	to practice
nilijifunza	I learned
nilipitisha	I spent
katika	in
nikiwa	when I am
mwanafunzi	as a student
mwanafunzi	student
nikiwa/nilipokuwa	while I was

Lesson 8

The new words (ctd.)

8.1.2

sikukuona	I didn't see you
kwa muda mrefu	in a long time
muda	period of time
mrefu	long
umeshajua	you already know
kidogo	a little
niko hapa	I am here
hapa	here
miezi	months
marafiki wengi	many friends
wengi	many

8.2.1

tuseme	let us speak
basi	then
vyema	well
kwa furaha	happily
anasema	he / she speaks
unasema	you speak
mnasema	you speak (pl.)
Kitaliana	Italian
Itaalia	Italy

Lesson 8

The new words (ctd.)

8.2.2

bahati mbaya	unfortunately
tu	only
kidogo	little
sisemi	I don't speak
hawasemi	they don't speak

8.2.3

tuseme	let us speak
sema	speak

8.2.4

ulijifunza	did you learn / you learned
umejifunza	you have studied
chuokikuu	university
nilijifunza	I studied
alijifunza	he / she studied
walifanya kazi	they worked

Lesson 8

The new words (ctd.)

8.2.5

-saidia	help
kusaidia	to help
nisaidie	help me
Utaweza kunisaidia?	Can you help me?
ulisaidia	you helped
kazi	work
nilisaidia	I helped
ulisema	you said
nini	what
Ulisemaje?	What did you say?
sikufahamu	I didn't understand
rudia	repeat
sema tena	say again
ulivyosema	the way you said

Lesson 8

Interactive tape exercises

8.3.1 (tape exercise) You are asked if you or another person speaks a certain language. Answer using the suggestion of the tape. Then, answer the question where you or the other person learned the language.

Tape: *Ali anaongea Kiingereza? (Ndiyo, a...)*
Student: *Ndiyo, anaongea Kiingereza.*
Tape: *Wapi alijifunza Kiingereza? (skuli)*
Student: *Alijifunza Kiingereza skuli.*

Tape: *Unasema Kiingereza? (kidogo)*
Student: *Ninasema Kiingereza kidogo.*
Tape: *Wapi ulijifunza Kiingereza? (Uingereza)*
Student: *Nilijifunza Kiingereza Uingereza.*

Now it is your turn to answer:

Bibi Ponti anasema Kiswahili? (vizuri sana)- Wapi alijifunza Kiswahili? (katika taasisi ya Zanzibar) / Bibi na Bwana Hansen wanasema Kiswahili? (kidogo) / Wapi walijifunza Kiswahili? (katika skuli) / Wewe unasema Kifaransa? (Ndiyo, mimi...) / Wapi ulijifunza Kifaransa? (skuli) / Mnasema Kirusi? (kidogo) / Wapi mlijifunza Kirusi? (katika Urusi) / Bwana Hannon anasema Kiswahili? (vizuri) / Wapi alijifunza Kiswahili? (kwa mkewe ambaye ni Mswahili) / Erika na Susana wanasema Kitaliana? (ndiyo, wana...) / Wapi walijifunza kusema Kitaliana? (nyumbani kwa jamaa zao Wataliana)

Lesson 8

	Present	Past
mimi	*ninajifunza*	*nilijifunza*
wewe	*unajifunza*	*ulijifunza*
yeye	*anajifunza*	*alijifunza*
sisi	*tunajifunza*	*tulijifunza*
nyinyi	*mnajifunza*	*mlijifunza*
wao	*wanajifunza*	*walijifunza*

8.3.2 (tape exercise) The person in question has spent one year in a certain place, either as a student or as a child. Repeat the tape's confirmation:

Tape: *Ulikuwa wapi ulipokuwa mdogo?*
Student: *Nilipokuwa mdogo nilikuwa Uitalia kwa mwaka mmoja.*
Tape: *Nilipokuwa mdogo nilikuwa Uitalia kwa mwaka mmoja.*
Student: *Nilipokuwa mdogo nilikuwa Uitalia kwa mwaka mmoja.*

Tape: *Bwana Hansen alikuwa wapi alipokuwa mwanafunzi?*
Student: *Alipokuwa mwanafunzi alikuwa mwaka mmoja katika Marekani.*
Tape: *Alipokuwa mwanafunzi alikuwa mwaka mmoja Marekani.*

Now it is your turn to answer:

Dadako alikuwa wapi alipokuwa mwanafunzi? (Uchina) / Ali alikuwa wapi alipokuwa mtoto? (Ujapani) / Bwana Makame alikuwa wapi alipokuwa mwanafunzi? (Swiiza) / Gordon alikuwa wapi alipokuwa mwanafunzi? (Urusi) / Ulikuwa wapi ulipokuwa mtoto? (Viena) / Mkeo alikuwa wapi alipokuwa mwanafunzi? (Toronto) /

Lesson 8

Interactive tape exercise (ctd.)

Bwana Moro na wafanya kazi wenziwe walikuwa wapi walipokuwa wanafunzi? (Zurich) / Saida na rafiki yake walikuwa wapi walipokuwa wanafunzi? (Nairobi) / Dadake Bwana Khatibu alikuwa wapi alipokuwa mtoto? (Lamu) / Ulikuwa wapi ulipokuwa mwanafunzi? (Tanga) / Mlikuwa wapi mlipokuwa watoto? (Shambani karibu na Moshi)

	mimi	*nilikuwa*
	wewe	*ulikuwa*
	yeye	*alikuwa*
	sisi	*tulikuwa*
	nyinyi	*mlikuwa*
	wao	*walikuwa*

8.3.3   (tape exercise) Someone mentions that he speaks a certain language quite well. You then suggest that the language should be used.

Tape: *Mimi nasema Kiingereza.*
Student: *Basi tuseme Kiingereza!*

Now it is your turn to make the suggestion:

Mimi nasema Kiswahili / Naweza kusema Kijapani / Naweza kusema Kiarabu / Mimi nasema Kitaliana / Nasema Kifaransa / Mimi nasema Kihindi / Mimi nasema Kijerumani / Naweza kusema Kitaliana.

Lesson 8

Interactive group exercise

8.3.4 Ask your fellow learners about their, and their relatives' knowledge of foreign languages:

Unasema Kijerumani? Wazazi wako wanasema Kifaransa?
Mkeo anasema Kiswahili? Sahibu zako wanasema Kitaliana?

8.3.5 Now find out where your fellow learners have learned the foreign language:

Wapi ulijifunza Kiswahili?
Mwanao alijifunza wapi Kifaransa?
Wazazi wako walijifunza wapi Kirusi?
Sahibu zako walijifunza wapi Kitaliana?
Mfanyakazi mwenzio alijifunza wapi Kijapani?

8.3.6 Finally, ask your fellow learners where they were as children, or as students:

Mlikuwa wapi mlipokuwa watoto?
Mlikulia wapi?

Mlikuwa wapi mlipokuwa wanafunzi?
Mlikuwa wanafunzi wapi?

Dialogue text lesson 9

LESSON 9 — INVITATION

How an invitation is expresed in Swahili...You are invited for dinner, for tea, to the theater, to the movies, etc.

May I invite you for lunch, Mr. Johnson?

Thanks, I'll be glad to come along. Where shall we go?

9.1.1

- *Bwana Johnson, nikualike chamchana?*
- *Ahsante. Nitafurahi kufika. Twende wapi?*
- *Naujua mkahawa wa kichina uliopo karibu na hapa.*
- *Ningependa nirudi ofisini baada ya muda wa saa.*
- *Saa ngapi sasa?*
- *Saa saba na robo.*

9.1.2

- *Bwana Backer, Nitapenda kukualika chajio nyumbani kwangu, kesho usiku. Nitapenda uonane na familia/aila yangu.*
- *Ahsante sana. Nitafurahi kuja. Saa ngapi?*
- *Saa mbili.*

Mr. Backer, I would like to invite you to my house for dinner tomorrow night. I'd like you to meet my family!

Thanks. I'll be glad to come. At what time?

Lesson 9

Dialogue text (ctd.)

Miss Ilse, do you have time the day after tomorrow? At the "Odeon" the old Western "High Noon" starring Gary Cooper is showing...

Thanks, I'll be glad to come with you

9.1.4

- *Bwana Bakari, nikualike kwetu leo usiku? Njoo unywe chai nasi. Marafiki na masahibu wachache watakuja pia.*
- *Ahsante Bibi Hugo lakini kwa bahati mbaya nina miadi leo usiku.*

Mr. Said, do you have time Thursday next week? I'd like to invite you to the HILTON for lunch.

Thank you, Dr. Brown. What's today's date?

Mr. Kraus will also come; We could discuss the contracts...

9.1.3

- *Bi Elisa, una wakati kesho kutwa? Ningependa nikuchukue sinema. Filam ya "High Noon" ya Gary Cooper. Inaonyeshwa kwenye sinema ya Odeon.*
- *Ahsante. Nitapenda kuja. Tukutane lini?*
- *Unaonaje saa moja na nusu?*
- *Haya, tutakutana kesho kutwa saa moja na nusu.*

Mr. Bakari, may I invite you to our place for tonight? Come for a cup of coffee. A few Friends and acquaintances will come too...

Thank you, Mr. Hugo, but unfortunately I have a commitment tonight.

9.1.5

- *Bwana Said, una wakati Alkhamisi ijayo? Ningependa kukualika Hilton kwa chamchana. Bwana Kraus pia atakuja. Tutaweza kuipitia ile mikataba.*
- *Ahsante Bwana Bauer. Alkhamisi ijayo ni tarehe gani?*
- *Februari 25.*
- *Nitafurahi kufika. Ahsante kwa mualiko wako.*
- *Tunaweza kukutana mkahawani saa sita na nusu?*

Lesson 9

Dialogue translation

9.1.1

Mr. Johnson, may I invite you for lunch?
Thank you, I'll gladly come. Where shall we go?
I know a Chinese restaurant which is quite close.
I'd like to be back in the office in an hour.
What time is it?
It is now a quarter past one.

9.1.2

Mr. Baker, I would like to invite you to dinner to my home, tomorrow night. I would like you to meet my family.
Thank you very much, I'll be glad to come. At what time?
At eight o'clock.

9.1.3

Miss Elisa, do you have time the day after tomorrow?
I would like to take you to the cinema. At the "Odeon" the old Western "High Noon" starring Gary Cooper is showing.
Thank you. I'll be glad to come along.
When can I meet you?
What about half past seven?
Well, then see you the day after tomorrow at half past seven.

9.1.4

Mr. Bakari, may I invite you to our place for tonight?
Come and drink with us. There are a few friends and acquaintances coming, too.
Thank you, Mr. Hugo, but unfortunately I have a commitment tonight.

Lesson 9

Dialogue translation (ctd.)

9.1.5

Mr. Said, do you have time next week on Thursday? I'd like to invite you to the Hilton for lunch. Mr Kraus will also come. We could discuss the contracts.
Thank you, Dr.Bauer. What date is Thursday?
I'll be glad to come. Thank you for your invitation. Can we meet at half past twelve in the restaurant?

Lesson 9

Sentence patterns

9.2.0 Now you know how an invitation is expressed. Try to understand to what occasions you are invited, while looking at the illustrations:
Nikualike ...?

chakula	*kinywaji*	*sinema*
mkahawani	*kunywa chai*	*mchezoni*
chamchana	*chakula nyumbani*	*sarkasi*
chajio	*karamuni*	

Lesson 9

Sentence patterns (ctd.)

9.2.1 You are invited by your Swahili business friend:
Nikualike chamchana?
Nikualike chajio?
Nikualike kunywa kahawa?

Nakualika unywe chai.
Nakualika uje nyumbani kwangu.
Nakualika sinema.

9.2.2 Often the invitation is for a certain day or time:

Nikualike sinema leo usiku?
Nikualike kutembea kwa miguu kesho mchana?
Nikualike mchezoni kesho kutwa?

Nakualika chajio Jumatatu.
Nakualika kwenda kudansi Jumaane.
Nakualika chajio Jumatano.

Nakualika sarkasi Alkhamisi.
Nakualika kinywaji Ijumaa.
Nakualika chai Jumamosi.
Nakualika karamuni Jumapili.

Nikualike nyumbani kwetu Oyster Bay mwisho wa wiki hii?
Nikualike siku yangu ya kuzaliwa Alkhamisi ijayo?

Lesson 9

Sentence patterns (ctd.)

9.2.3 If you want to know the exact time you are invited you ask:
Saa ngapi?   *Lini?*   *Wakati gani?*

9.2.4 The person who invited you will then name the time of day:

Saa mbili za usiku.
Kesho saa tisa na nusu za alasiri.
Ijumaa mchana saa saba kasorobo.
Kesho Jumapili saa sita na robo.

9.2.5 And this is how you ask what time it is:

Saa ngapi?   *Saa kumi na moja.*
Unajua saa ngapi?
Mnajua saa ngapi?

9.2.6 After checking his watch, the person you are asking will say:

Saa tatu na nusu.
Saa tatu kasoro dakika ishirini na tano.
Saa mbili kasoro dakika kumi.
Saa nne na dakika ishirini na tano.
Saa nane na dakika tano.
Saa kumi kasoro dakika ishirini.
Saa sita na dakika kumi.
Saa saba na dakika ishirini.
Saa moja kasoro dakika ishirini.
Saa tatu na dakika ishirini.

Lesson 9

Sentence patterns (ctd.)

9.2.7   To a Swahili speaker the first hour after sunrise is 1 a.m. The first hour of the day in Swahili is thus seven o'clock (7 a.m) according to the English way of reckoning time:

Seven o'clock p.m. is	*Saa moja ya jioni.*
Seven o'clock a.m. is	*Saa moja ya asubuhi.*
Twelve a.m. is	*Saa sita za usiku.*
Twelve p.m. is	*Saa sita za mchana.*

9.2.8   Asking a person if he or she has time, you say:

Bwana Bakari, una wakati leo mchana?
Una wakati kesho?
Ali na Kijakazi, mna wakati kesho?
Bi Erika, una wakati leo alasiri?
Juma, una dakika tano?

9.2.9   If a person does not accept an invitation, he or she says:

Ahsante, kwa bahati mbaya siwezi.
Ahsante, kwa bahati mbaya siwezi kwenda.
Ahsante, kwa bahati mbaya sina wakati.
Ahsante, lakini nina miadi (na mtu mwingine).

Lesson 9

Sentence patterns (ctd.)

9.2.10   Accepting an invitation, a person will say:

Ahsante, nitafurahi kwenda.
Ahsante, nitapenda sana kwenda.
Ahsante, nimefurahi sana.

An invitation for lunch or dinner you can accept with the words:

Ahsante, tutakwenda wapi?

9.2.11   And this is how you are supposed to ask for the date:

Siku gani? (following an invitation)
Jumamosi ijayo ni tarehe gani?
Jumatano ijayo ni tarehe gani?
Leo ni tarehe gani?

9.2.12   Making any kind of appointment, it is very important to express the date:

Jumamosi ijayo ni	*Januari*	*mosi*
Leo ni	*Februari*	*pili*
Kesho ni	*Machi*	*tatu*
Jumamosi ni	*Aprili*	*saba*
Jumatatu ni	*May*	*ishirini*
Jumaane ni	*Juni*	*thelathini*
Karamu ni	*Julai*	*mosi*
Siku yangu ya kuzaliwa	*Agosti*	*kumi na nane*
Shughuli ni	*Septemba*	*thelathini na moja*
Siku ya kuzaliwa Monica ni	*Oktoba*	*kumi na mbili*
Hafla ya chakula ni	*Novemba*	*kumi na tisa*
Karamu ni	*Disemba*	*ishirini na moja*

Lesson 9

Sentence patterns (ctd.)

9.2.13 And this is how you ask someone to meet you at a certain place and time:

Tunaweza kukutana mkahawani saa sita za mchana?
Tunaweza kukutana kesho asubuhi ofisini saa tatu?
Tunaweza kukutana Nairobi Machi tatu?
Tunaweza kukutana mbele ya thieta saa moja na nusu?
Tunaweza kukutana sinemani saa mbili kasoro dakika kumi?
Tunaweza kukutana nyumbani kwangu baada ya saa moja kutoka sasa?
Tunaweza kukutana hoteli chumbani kwangu baada ya dakika ishirini?
Tunaweza kukutana maktabani baada ya robo saa?
Tunaweza kukutana mkahawani baada ya nusu saa?
Tunaweza kukutana nyumbani kwangu baada ya saa kasorobo?
Tunaweza kukutana hapa baada ya saa moja na nusu kutoka sasa?

Lesson 9

The new words

9.

mualiko — invitation

9.1.1

kualika	to invite
nikualike chamchana	shall I invite you for lunch
kufika / kuja	to come
nitafurahi	I'll be glad
nitapenda	I would like
twende	let us go
Wapi?	Where?
naujua	I know (refers to restaurant)
mkahawa	a restaurant
mkahawa wa kichina	Chinese restaurant

9.1.2

uliopo	which is at
karibu	near
hapa	here
sana	very
ningependa	I would like
nirudi	I should return
baada ya saa	after an hour
saa	hour
ofisini	at the office
Saa ngapi?	What time is it?

Lesson 9

The new words (ctd.)

sasa	now
saa saba na robo	quarter past one
kukualika	to invite you
chajio	dinner
nyumbani kwangu	at my house
nyumbani	at the house
kesho jioni	tomorrow evening
nyumba	house
chakula	meal / food
chajio	evening meal / dinner
nitapenda	I'd like
uonane	you may meet
aila; ahali; familia	family
ahsante sana	thank you very much

9.1.3

Una wakati?	Do you have the time?
una	you have
kesho kutwa	the day after tomorrow
ningependa	I would like
nikuchukue	to take you
chukua	take
sinema	cinema
inaonyeshwa	is shown
tukutane	we should meet
Lini?	When?
Unaonaje?	How do you see? (What do you think?)
haya	alright
tutakutana	we will meet
saa nane na robo	quarter past eight

Lesson 9

The new words (ctd.)

9.1.4.

njoo	come (sg.imperative)
unywe	you may drink
kahawa	coffee
nyumbani kwetu	to our house
marafiki	friends
masahibu	acquaintances
watakuja	they will come
lakini	but
wachache	a few
bahati mbaya	unfortunately
nina	I have
miadi	appointment
leo usiku	tonight
leo	today
usiku	night
Alhamisi; Alkhamisi	Thursday
ijayo	next; coming
atakuja	he / she will come
tutaweza	we will be able
kuipitia	to go over
ile mikataba	the contracts
mkataba	contract
jadili	discuss; debate
tarehe	date
tarehe gani?	what date?
wiki / juma ijayo	next week

Lesson 9

The new words (ctd.)

tunaweza	we are able
Februari	February
ishirini na tano	25th.
saa saba	one o'clock
saa sita na nusu	half past twelve
mkahawani;hoteli	at the restaurant

9.2.0

chai	tea
unywe chai	you may drink tea
mchezo; tamthiliya	play
thieta	theater
sarkasi	circus
chajio	dinner / evening meal
kula	to eat
karamu	party; fiesta
karamuni	to a party
hafla	festivity
shughuli	function, business or festivity

9.2.1

kunywa kahawa	to drink coffee
pombe	beer
kunywa pombe	to drink beer
mvinyo	wine

Lesson 9

The new words (ctd.)

9.2.2

nakualika	I invite you
alika	invite
-ku-	you (obj. sg.)
mchezoni	to a play
mchana	at noon; day time
kutembea kwa miguu	to walk
Jumatatu	Monday
Jumaane / Jumanne	Tuesday
kwenda	to go
kudansi	to dance
kinywaji	a drink
Jumatano	Wednesday
Ijumaa	Friday
Jumamosi	Saturday
Jumapili	Sunday
mwisho (wa)juma / wikendi	weekend
hii	this one
siku ya kuzaliwa	birthday
nakualika	I invite you (sg.)

Lesson 9

The new words (ctd.)

9.2.3

saa	hour, clock, watch
Saa ngapi?	At what time?
Wakati gani?	What time?

9.2.4

saa mbili	eight o'clock
jioni	evening
usiku	night
mchana	noon, day time
na robo	and a quarter
saa tisa	three o'clock
alasiri	afternoon

9.2.5

unajua?	do you know? (sg.)
mnajua?	do you know? (pl.)

9.2.6

kasoro	less
dakika	minutes
ishirini na tano	twenty five
thuluthi	one third
na	and

Lesson 9

The new words (ctd.)

9.2.7
saa moja	seven o'clock
jioni	evening, p.m.
asubuhi	morning, a.m.
saa kumi na mbili	six o'clock
mchana	day time

9.2.8
una	you have
wakati	time
leo	today
kesho	tomorrow
alasiri	afternoon
dakika	minute

9.2.9
bahati mbaya	unfortunately
siwezi	I'm not able
kwenda	to go
kuja	to come
nina	I have
miadi	appointment
sina	I don't have
mtu	someone; person
mwingine	another

9.2.10
nitakuja	I will come
kwa furaha	happily

Lesson 9

The new words (ctd.)

nimefurahi	I'm happy
sana	very
Nije wapi?	Where should I come?
wapi?	where?

9.2.11

siku gani?	what day?
tarehe gani?	what date?
mwezi gani?	which month?
mwaka gani?	which year?

9.2.12

Januari mosi	January 1st
Februari pili	February 2nd
Machi tatu	March 3rd
Aprili saba	April 7th
Mei ishirini	May 20th
Juni thelathini	June 30th
Julai mosi	July 1st
Agosti nane	August 8th
Septemba ishirini	September 20th
Oktoba kumi na mbili	October 12th
Novemba kumi na tisa	November 19th
Disemba ishirini na moja	December 21st

Lesson 9

The new words (ctd.)

9.2.13

sherehe	celebration
burudani	entertainment
asubuhi	morning
tarehe tatu ya	on the third of
mbele ya	in front of
mbele ya thieta	in front of the theater
chumba cha hotelini	hotel room
robo saa	a quarter of an hour
dakika kumi na tano	fifteen minutes
kutoka sasa	from now
maktaba	library
maktabani	at the library
baada ya nusu saa	after half an hour
saa kasorobo	three quarters of an hour
saa moja kutoka sasa	an hour from now
baada ya	after
dakika arbaini na tano	forty five minutes
saa moja na nusu	1 1/2 hours

Lesson 9

Interactive tape exercises

9.3.1 (tape exercise) Invite persons to the occasion suggested by the tape. Repeat the tape's confirmation.

>Tape: (*wewe- sinema)*
>Student: *Nakualika sinema.*
>Tape: *Nakualika sinema.*
>Student: *Nakualika sinema.*
>Tape: *Ahsante. Nitapenda kufika.*

>Tape: (*wewe - chajio)*
>Student: *Nikualike chajio?*
>Tape: *Nikualike chajio?*
>Student: *Nikualike chajio?*
>Tape: *Ahsante, nitafurahi sana kuja. Tutakula wapi?*

Now it is your turn to invite:

(nyinyi - kwa chakula) - (ahsante, tutakwenda kwa furaha. Twende wapi?) / (wewe-thieta)-(kesho jioni- lini?) / (wewe-kunywa kahawa)-(nitafurahi sana twende wapi?) / (nyinyi - chakula cha kichina) / (lini?leo?) / (wewe kutembea)-(bahati mbaya leo sina wakati) / (wewe-kunywa pombe)-(twende wapi?) / wewe-kudansi)-(ahsante, bahati mbaya leo siwezi) / (wewe-chakula nyumbani kwangu)-(ahsante)

>Inviting one person   *Nikualike?*
>Inviting more than one person   *Nikualikeni?*

Lesson 9

Interactive tape exercises (ctd.)

9.3.2 (tape exercise) You tell the person you are inviting that you would like him or her to meet a certain person or relative of yours. Repeat the tape's confirmation.

Tape: *(wewe -wazazi wangu)*
Student: *Nitapenda uonane na wazazi wangu.*
Tape: *Nitapenda uonane na wazazi wangu.*
Student: *Nitapenda uonane na wazazi wangu.*

Tape: *(wewe-rafiki yangu)*
Student: *Nitapenda uonane na rafiki yangu.*
Tape: *Nitapenda uonane na rafiki yangu.*
Student: *Nitapenda uonane na rafiki yangu.*

Now it is your turn:

(wewe-aila yangu) / (nyinyi-babangu) / (wewe-dadangu) / (nyinyi-mke wangu) / (wewe-Bwana Bakari wa bank ya Tanzania) / (wewe-Marcel wa Ufaransa) / (wewe-Bwana Steger wa Uswiss) /(wewe-wafanyakazi wenzangu Wafaransa)-(wewe-masahibu zangu Wangereza)

Lesson 9

Interactive tape exercises (ctd.)

9.3.3   (tape exercise) You are planning to invite someone. You ask the person if he or she has time on a certain day. Repeat the tape's confirmation of your question. Finally, try to understand the person's answer.

Tape: (*wewe-leo*)
Student: *Una wakati leo?*
Tape: *Una wakati leo?*
Student: *Una wakati leo?*
Tape: *Ndiyo, ninao.*

Tape: (*nyinyi-Machi 11*)
Student: *Mna wakati Machi kumi na moja?*
Tape: *Mna wakati Machi kumi na moja?*
Student: *Mna wakati Machi kumi na moja?*
Tape: *Hapana, hatuna wakati Machi kumi na moja.*

Now it is your turn to ask:

(*wewe-Jumamosi*) / (*wewe-Jumatano ijayo*) / (*nyinyi- mwisho wa juma hii*) / (*wewe-keshokutwa*) / (*wewe-May mosi*) / (*wewe-Jumamosi ijayo*) / (*nyinyi-kesho*) / (*wewe-Ijumaa Disemba 8*) / *wewe-Jumaane Oktoba 29*) / (*wewe-Jumapili*)

Lesson 9

Interactive tape exercises (ctd.)

9.3.4   (tape exercise) Your Swahili friend wants to know if you have time on a certain day. You happen to be busy on that particular day, but the following day you have time.

>Tape: *Una wakati kesho kutwa?*
>Student: *Kesho kutwa sina wakati. Ninao wakati baada ya siku tatu.*
>Tape: *Kesho kutwa sina wakati. Ninao wakati baada ya siku tatu.*
>Student: *Kesho kutwa sina wakati. Ninao wakati baada ya siku tatu.*
>
>Tape: *Una wakati Jumaane?*
>Student: *Jumaane sina wakati. Ninao wakati Jumatano.*
>Tape: *Jumaane sina wakati. Ninao wakati Jumatano.*
>Student: *Jumaane sina wakati. Ninao wakati Jumatano.*

Now it is your turn:

Tuna wakati kesho? / Mna wakati leo? / Ana wakati Jumapili? / Una wakati Mai pili? / Ana wakati Januari thelathini na moja? / Mna wakati Jumatano? / Una wakati Alkhamisi Oktoba nne? / Una wakati Jumatatu ijayo? / Mna wakati kesho?

Lesson 9

Interactive tape exercises (ctd.)

9.3.5 (tape exercise) Your Swahili-speaking friend suggests a certain hour for an appointment. You are busy at that particular time, but you will be free half an hour later.

> Tape: *Tunaweza kukutana kesho saa mbili za usiku?*
> Student: *Siwezi saa mbili. Unaonaje saa mbili na nusu?*
> Tape: *Siwezi saa mbili. Unaonaje saa mbili na nusu?*
> Student: *Siwezi saa mbili. Unaonaje saa mbili na nusu?*
>
> Tape: *Naweza kukupitia leo jioni baada ya saa kumi na nusu?*
> Student: *Siwezi saa kumi na nusu. Unaonaje saa kumi na moja?*
> Tape: *Siwezi saa kumi na nusu. Unaonaje saa kumi na moja?*
> Student: *Siwezi saa kumi na nusu. Unaonaje saa kumi na moja?*

Now it is your turn:

Nakualika kwa kinywaji. Una wakati jioni saa moja? / Nitapenda kukualika kesho kwa chakula. Tunaweza kuonana hapa saa saba na robo? / Nikualike karamuni kwangu usiku? Unaweza kuja saa moja na nusu? / Nitapenda kukualika chajio. Tunaweza kukutana usiku saa tatu mkahawani? / Nataka kukualikeni jioni kwa chai. Mna wakati saa kumi na moja? / Tunaweza kukutana kesho asubuhi saa tatu ofisini?

Lesson 9

Interactive tape exercises (ctd.)

9.3.6 (tape exercise) Having made an appointment at a certain hour, your Swahili friend wants to make sure his wristwatch is right. You tell him that it is five minutes later than he thinks.

> Tape: *Sasa ni saa kumi na moja?*
> Student: *Sasa ni saa kumi na moja na dakika tano.*
> Tape: *Sasa ni saa kumi na moja na dakika tano.*
> Student: *Sasa ni saa kumi na moja na dakika tano.*
>
> Tape: *Sasa ni saa tano na dakika kumi?*
> Student: *Sasa ni saa tano na robo.*
> Tape: *Sasa ni saa tano na robo.*
> Student: *Sasa saa tano na robo.*

Now it is your turn:

Sasa ni saa mbili na nusu? / Sasa ni saa tatu na dakika thelathini na tano? / Sasa ni saa sita na dakika ishirini? / Sasa ni saa nane kasoro dakika kumi? / Sasa ni saa moja kasorobo? / Sasa saa tisa na robo? / Sasa saa sita na dakika ishirini za usiku? / Sasa ni saa tano kasoro dakika mbili? / Sasa saa nne na dakika ishirini na tano? / Sasa saa moja na dakika kumi na nne? / (Sasa ni saa nane kasorobo?)

Lesson 9

Interactive tape exercises (ctd.)

9.3.7   (tape exercise) Extend an invitation to your Swahili-speaking friend according to the suggestions. Be sure to repeat the confirmation on the tape.

>   Tape: (tonight- to my home for dinner)
>   Student: *Nikualike chajio nyumbani leo?*
>   Tape: *Nikualike chajio nyumbani leo?*
>   Student: *Nikualike chajio nyumbani leo?*
>
>   Tape: (Wednesday night to the movies)
>   Student: *Nikualike kwenda sinema Jumatano jioni?*
>   Tape: *Nikualike kwenda sinema Jumatano jioni?*
>   Student: *Nikualike kwenda sinema Jumatano jioni?*

Now it is your turn to extend the invitation:

(tomorrow night-for a beer) / (For May 9-to a party) / (tomorrow night at 8-for dinner) / (Saturday night-for coffee) / (Friday at 12 noon - for lunch) / (today in the afternoon-for a walk) / (tonight- to a dance) / (tomorrow at a quarter to one-for lunch) / (Sunday night at 8-to the theater)

9.3.8

Now, ask a fellow learner what time it is *"Saa ngapi?"* / *"Unajua saa ngapi?"* Then take a calendar and ask about date and day: *"Siku gani leo? "Tarehe gani kesho?"* / *"Tarehe gani Al-khamisi ijayo?"* etc.

Dialogue text lesson 10

LESSON 10
WHEN AND HOW LONG?
You learn to understand and express date and duration...About travel through East Africa.

10.1.1

- Bwana Hannon, unaipenda Tanzania?
- Naipenda sana.
- Umekuwa Tanzania kwa muda gani?
- Subiri- Leo ni siku gani?
- Leo ni Machi sita.
- Nilikuja Tanzania Februari saba. Niko hapa sasa mwezi. Yaani majuma mane.
- Umeshakwenda mahali gani?
- Majuma mawili ya kwanza nilikuwa sehemu ya kaskazini ya Tanzania.
- Ulikuwa mahali gani huko?
- Nilikuwa Mwanza, Moshi na Arusha.
- Ulikupenda?
- Ndiyo sana. Naipenda Tanzania ya Kaskazini hasa Mwanza. Moshi ni mji mzuri pia.
- Unaionaje Dar es Salaam?
- Viwanda vingi mno.
- Umeshafika Kenya?
- Hapana, bado, lakini nitakwenda Nairobi baada ya siku tatu.
- Lini utarudi Uingereza?
- Tarehe 20 Machi. Itakuwa baada ya majuma mawili.
- Unaionaje hali ya hewa ya Tanzania?
- Nzuri sana. Nimeota jua sana. Hakuna mvua nyingi kama kwetu.

Lesson 10

Dialogue translation

10.1.1

Mr. Hannon, do you like Tanzania?
I like it very much.
How long have you been in Tanzania?
Wait a moment. What's today's date?
Today is the 6th of March.
I came to Tanzania on the 7th of February. So I have been here for one month already. That is, four weeks.
To what places have you been?
The first two weeks I was in Northern Tanzania.
Where were you there?
In Mwanza, Arusha and Moshi.
Did you like it there?
Yes, very much. I like Northern Tanzania. Especially Mwanza.
Moshi is also beautiful.
What do you think of Dar es Salaam?
Too much industry.
Have you already been to Kenya?
No, not yet, but I shall go to Nairobi three days from now.
When will you go back to England?
On the 20th of March, that will be in two weeks.
What do you think of the weather in Tanzania?
It's very nice, I had a lot of sunshine. Not as much rain as at home.

Lesson 10

Sentence patterns

10.2.1   A person is asked how long he has already been in a certain place.

Umekuwa Tanzania kwa muda gani?
Umekuwa Dar es Salaam kwa muda gani?
Umekuwa Nairobi kwa muda gani?

10.2.2   He or she will answer:

Nimeshakaa Tanzania mwezi.
Nimeshakaa Dar es Salaam miezi mitatu.
Nimeshakaa Unguja majuma mane.

10.2.3   If that person feels that the time he has spent in his present place is very short, the answer will be:

Ni mwezi mmoja tu tangu nifike Tanzania.
Ni saa moja tu tangu nifike Dar es Salaam.
Ni siku moja tu tangu nifike Mwanza.
Ni siku mbili tu tangu nifike hapa.

10.2.4   If a person is asked when he or she arrived in a place, the question will be:

Ulifika lini Tanzania?
Ulifika lini Mombasa?

Lesson 10

Sentence pattern (ctd.)

10.2.5   The answer is:

Nilifika Tanzania juzi.
Nilifika Mombasa jana.
Ni majuma mawili tangu nifike Morogoro.
Ni mwezi tangu tufike hapa.

10.2.6   This is how you ask a person if he or she has already been to a certain place or a certain country.

Umepata kufika Swiiza?
Umepata kufika Kanada?
Mmepata kufika Kenya?

10.2.7   The answers will be:

Hapana, bado.
Hapana, sikupata kufika Swiiza.
Hapana, hatukufika.

Ndiyo, nimefika Kanada.
Ndiyo, tumefika Kenya.

Lesson 10

Sentence patterns (ctd.)

10.2.8 Asking someone how he or she liked it in a certain place, you say:

Mlikupenda?
Ulikupenda?
Uliipenda Nairobi?
Mliipenda?

The standard answer is:

Ndiyo, sana.
Ndiyo, nzuri sana.

10.2.9 Now, a person is asked when he or she will travel to a certain place:

Lini utasafiri Uingereza?
Lini utasafiri Ujapani/Japan?
Lini utasafiri Hispania/Spain?

Now, he or she will travel back to a certain place:

Lini utarudi Uingereza?
Lini mtarudi Ujapani?
Lini mtarudi Marekani?

Lesson 10

Sentence patterns (ctd.)

10.2.10 The person answers when he or she will travel to a certain place:

Nitasafiri Uingereza baada ya wiki/juma moja.
Nitasafiri Ujapani baada ya mwezi mmoja.
Tutasafiri Spain baada ya mwaka mmoja.

He or she will travel back to a certain place:

Nitarudi Uingereza baada ya majuma mawili.
Nitarudi Ujapani baada ya miezi mitatu.
Tutarudi Spain baada ya mwaka u nusu.

10.2.11 And this is how you ask for a person's opinion about places, the weather etc.:

Unaionaje Afrika Mashariki?
Unaionaje hali ya hewa ya Afrika Mashariki?
Mnaionaje Afrika?

10.2.12 You might then hear the following answers:

Afrika Mashariki nzuri sana.
Hali ya hewa ya Afrika Mashariki ni ya pekee.
Naipenda Afrika Mashariki, nzuri sana.

or you may hear a brief answer:
Nzuri sana/ Nzuri.

Lesson 10

Sentence patterns (ctd.)

10.2.13 Finally, all these questions are asked about a third person:

Bwana Mungai amekuwa Tanzania kwa muda gani?
Mwanao wa kiume amekuwa Kanada kwa muda gani?
Bwana Hannon alifika Moshi lini?
Yeye amekuwa Moshi kwa muda gani?
Wazazi wako wamefika Marekani?
Bwana Juma anaipenda Kanada?
Bwana Klaus atarudi lini Ujapani?
Bwana Wang atarudi lini Uchina?
Rafiki yako aliionaje Afrika Mashariki?

Bwana Mungai ameshakaa Tanzania majuma sita.
Mwanangu amekuwa Kanada nusu ya mwaka.
Bwana Hannon alikuja Moshi katika Februari.
Bwana Hannon amekuwa Moshi kwa wiki chache.
Wazazi wangu bado hawakufika Marekani.
Bwana Juma anaipenda Kanada.
Bwana Klaus atarudi Ujapani baada ya nusu mwaka.
Bwana Wang atarudi Uchina mwezi ujao.
Rafiki yangu anaiona Tanzania kuwa ni nchi nzuri sana.

Lesson 10

The new words

10.1.1

umekuwa	you have been
muda gani?	how long?
subiri	wait
leo	today
nilikuja	I came
niko	I'm here / I've been here
mwezi	month
umeshakwenda?	have you gone to?
mahali	place / places
sehemu	part
kaskazini	northern
ulikupenda?	did you like the place?
huko	there
niliipenda	I liked it
hasa	especially
mji	city / town
mzuri	nice, beautiful
uliuonaje?	what did you think of it?
kiwanda / viwanda	industry
vingi	many
umeshafika?	have you been to?
bado	not yet
nitakwenda	I'll go
siku tatu	three days
utarudi	you will return

Lesson 10

The new words (ctd.)

hali ya hewa	state of the weather
nimepata	I got
jua	the sun
hakuna	there is no
mvua	rain
nyumbani	at home
utakwenda lini?	when will you go?
utarudi	you'll come back
Machi ishirini	20 March
nimekaa	I have stayed

10.2.3

tangu nifike	since I arrived
tu	only
saa moja	one hour
siku moja	one day
nitakwenda	I'll go
siku tatu	three days
utarudi	you will return
nitakwenda	I'll go
utarudi	you will return

10.2.5

juzi	the day before
jana	yesterday
mahali hapa	this place

Lesson 10

The new words (ctd.)

10.2.6

umepata kufika	have you been
sijapata	I've never been

10.2.8

unaipenda?	do you like it?
uliipenda	did you like it?

10.2.9

utasafiri	you will travel
utarejea	you will return

10.2.10

bado	not yet
mwezi	month
mwaka na nusu	1 1/2 years
baada ya	after
juma	week

10.2.11

unaionaje	what is your opinion
hali ya hewa	the condition of the weathe
Afrika Mashariki	East Africa

Lesson 10

The new Words (ctd.)

10.2.12

nzuri	beautiful
sana	very
ya pekee	unique
naipenda	I like it

10.2.13

amekuwa	he has been
mwanao wa kiume	your son
lini?	when?
muda gani?	what length of time?
wamefika	have been, arrived
utarudi	you will return
katika	in
ameshakaa	has already stayed
chache	a few

Lesson 10

Interactive tape exercises

10.3.1 (tape exercise) Answer the questions according to the suggestions of the tape. With anything more than one month, use "**sha**", abbreviation of the verb *kwisha* ("already"), indicating that you consider it quite a long time, with one month or less use "**tu**" ("only"), indicating that the sojourn has been quite short.

Tape: *Umekuwa Arusha kwa muda gani? (juma)*
Student: *Nimekuwa hapa Arusha kwa juma moja tu.*
Tape: *Nimekuwa hapa Arusha kwa juma moja tu.*
Student: *Nimekuwa hapa Arusha kwa juma moja tu.*

Tape: *Mmekuwa hapa Swiiza kwa muda gani? (wiki sita / majuma sita)*
Student: *Tumeshakuwa Swiiza kwa wiki sita/majuma sita.*
Tape: *Tumeshakuwa Swiiza kwa wiki sita/majuma sita.*
Student: *Tumeshakuwa Swiiza kwa wiki sita/majuma sita.*

Now it is your turn:

Umekuwa chuo kikuu kwa muda gani? (miaka miwili) / Umekuwa Paris kwa muda gani? (siku mbili) / Umekwenda shule kwa muda gani? (miaka miwili na nusu) / Mmekuwa hapa Arusha kwa muda gani? (nusu ya mwaka) / Umekuwa ofisini kwa muda gani ? (saa moja) / Mmekuwa hapa kwa muda gani? (dakika kumi) / Umekuwa hapa banki kwa muda gani? (nusu saa) / Umekuwa hapa Tanzania ya kusini kwa muda gani? (mwezi na nusu) / Umekuwa shule kwa muda gani? (majuma matatu) / Mmekuwa nyumbani kwa muda gani? (nusu saa) / Mmekuwa Kanada kwa muda gani? (nusu mwaka) / Mmekuwa mkahawani kwa muda gani? (saa moja kasorobo)

Lesson 10

Interactive tape exercises (ctd.)

10.3.2 (tape exercise) Answer the questions according to the suggestions of the tape:

Tape: *Ulifika Arusha lini? (wiki mbili)*
Student: *Nilifika wiki mbili zilizopita.*
Tape: *Nilifika wiki mbili zilizopita.*
Student: *Nilifika wiki mbili zilizopita.*

Now it is your turn:

Ulifika Tanzania lini?(wiki chache) / Ulifika hapa lini? (wiki moja) / Ulifika Kanada lini?(mwezi mmoja) / Ulifika skuli lini?(juzi) / Ulifika Dar es Salaam lini? (siku tatu) / Ulifika Tanzania kaskazini lini? (katika mwaka 1992) / Mlifika Kanada lini? (imekuwa miaka ishirini na nne) / Ulifika Austria lini? (katika March 1980) / Ulifika Mombasa lini? (katika Machi 1990)

10.3.3 (tape exercise) Answer the questions, assuming that you have been to all places outside of Africa, but to none of the places within Africa.

Tape: *Umefika Marekani?*
Student: *Ndiyo, nimefika Marekani.*
Tape: *Ndiyo, nimefika Marekani.*
Student: *Ndiyo, nimefika Marekani.*

Lesson 10

Interactive tape exercises (ctd.)

    Tape: *Mmefika Nairobi?*
    Student: *Bado hatujafika Nairobi.*
    Tape: *Bado hatujafika Nairobi.*
    Student: *Bado hatujafika Nairobi.*

Now it is your turn:

Umefika Uchina? / Umefika Kanada? / Umefika Italy? / Umefika Ujapani? / Umefika Spain? / Mmefika Uchina? / Umefika Toronto? / Umefika Lamu? / Umefika Uingereza? / Mmefika Paris? / Umefika Austria? / Umefika Mwanza?

10.3.4 (tape exercise) Answer the questions according to the suggestions of the tape:

    Tape: *Lini utarejea Kanada? (mwaka ujao.)*
    Student: *Nitarejea Kanada mwaka ujao.*
    Tape: *Nitarejea Kanada mwaka ujao.*
    Student: *Nitarejea Kanada mwaka ujao.*

    Tape: *Lini utasafiri Swiiza? (kesho kutwa)*
    Student: *Nitasafiri kesho kutwa.*
    Tape: *Nitasafiri kesho kutwa.*
    Student: *Nitasafiri kesho kutwa.*

Lesson 10

Interactive tape exercises (ctd.)

Now it is your turn:

Lini mtarudi Marekani? (katika wiki tatu) / Lini mtasafiri Ulaya? (mwaka ujao) / Lini utasafiri Swiiza? (Julai 21) / Lini utasafiri Urusi? (baada ya miezi mine) / Lini utasafiri kaskazini ya Tanzania? (wiki ijayo) / Lini utasafiri Uingereza? (mwezi ujao) / Lini mtasafiri Nairobi?(leo jioni) / Lini mtasafiri Austria? (baada ya wiki nne).

10.3.5 (tape exercise) Now answer a variety of questions, using the suggestions of the tape. As in the previous exercise, assume that you have never been to any of the places within Africa when you are asked:

Lini ulifika ----?

Tape: *Lini ulifika Tanzania? (ni mwezi)*
Student: *Ni mwezi tangu nifike Tanzania.*
Tape: *Ni mwezi tangu nifike Tanzania.*
Student: *Ni mwezi tangu nifike Tanzania.*

Tape: *Bwana Hannon, amefika Kenya?*
Student: *Bado hajafika Kenya.*
Tape: *Bado hajafika Kenya.*
Student: *Bado hajafika Kenya.*

Lesson 10

Interactive tape exercises (ctd.)

Now it is your turn:

Umefika Ujapani? (Naam) / Lini utasafiri Uganda? (mwezi ujao) / Bwana Bakari lini atarejea Dar es Salaam? (kesho alasiri) / Umekuwa Moshi kwa muda gani? (siku kumi na nne) / Susan na Gordon walifika lini Mombasa? (juzi) / Bibi yako amefika Dar es Salaam lini? (juzi)/ Bwana Steger alifika lini Tanzania? (mwaka uliopita) / Bwana Steger amekuwa Tanzania kwa muda gani? (nusu mwaka) / Lini tutarejea Canada? (katika siku kumi na nne) / Wazazi wako wamefika Unguja?(bado hawajafika) / Wenzio watarejea lini Marekani? (katika Aprili) / Mwenzio amekuwa Nairobi kwa muda gani? (nusu mwaka).

	-safiri	-rejea
Mimi	*nitasafiri*	*nitarejea*
Wewe	*utasafiri*	*utarejea*
Yeye	*atasafiri*	*atarejea*
sisi	*tutasafiri*	*tutarejea*
nyinyi	*mtasafiri*	*mtarejea*
Wao	*watasafiri*	*watarejea*

Lesson 10

Interactive exercises (ctd.)

10.3.6 Ask your fellow learner the following questions, using the name of the city or country where you actually are:

Umekuwa Arusha kwa muda gani?

Lini ulifika Arusha?

10.3.7 Now ask your fellow learner or learners if they have been to a certain place or country. Then ask them if they liked it there.

Umefika Nairobi?
Mmefika Nairobi?

Uliipenda Nairobi?
Mliipenda Nairobi?

Dialogue Text Lesson 11

LESSON 11
ASKING FOR DIRECTIONS
How to ask your way to various locations in a city in Tanzania or Kenya.

Kuuliza njia

11.1.1

Excuse me, which way do I get to the Station?

- *Samahani, njia ipi naweza kufika steshen?*
- *Endelea moja kwa moja mpaka kwenye taa ya pili. Pinda kulia.*
- *Ahsante.*

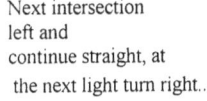

Next intersection left and continue straight, at the next light turn right...

11.1.2

Go straight, and turn right at the second traffic light...

- *Tafadhali, kituo cha teksi cha karibu kiko wapi?*
- *Njiapanda ya pili geuka kushoto, nenda moja kwa moja, halafu geuka kulia penye taa ya pili uende hadi kituo cha basi. Huko pana kituo cha teksi.*
- *Utaweza kurudia ulivyosema?*
- *Njiapanda ya pili - kushoto, taa ya pili- kulia- mpaka kituo cha basi.*
- *Ahsante.*

Where's the nearest taxi stand?

Lesson 11

Dialogue text (ctd.)

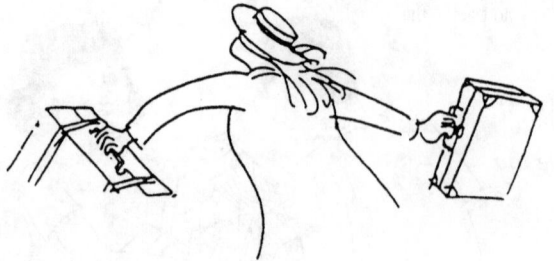

Excuse me - to the airport?
You are going the wrong way!

You must turn back.
After 2 km. there will be a sign

11.1.3

- *Samahani. Njia ipi ya kiwanja cha ndege?*
- *Unakwenda njia siyo. Lazima urudi. Baada ya kilomita mbili kutakuwa na alama.*
- *Ahsante sana.*

11.1.4

- *Vipi naweza kufika Twiga hotel, tafadhali?*
- *Bora uchukue gari namba kumi na moja. Muulize utingo.*

How do I get to the Twiga Hotel, please?

You best take the streetcar, line 11; ask the conductor...

Lesson 11

Dialogue text (ctd.)

11.1.5

Excuse me, is there a theater agency around here? - I'd like to buy tickets.

- Samahani. Kuna ajenti wa thieta kwenye sehemu hii? Nitapenda kununua tikti.
- Nenda ofisi ya watalii, mkabala wa steshen kuu. Huko wanauza tikti pia.
- Ni mbali kwenda steshen?
- Hapana. Ni vituo vitatu au vine kwa basi namba mbili.
- Ahsante.

Go to the tourist office opposite the main station. There are theater tickets available too.

May I help you?

11.1.6

- Nikusaidie?
- Tutapenda chumba katika hoteli nzuri.
- Mjini au nje ya mji?
- Tunahiari mjini.
- Kama hivyo chukua teksi kwendea "Intercontinental". Huko siku zote chumba hupatikana.
- Niwapigie simu?
- Haya, tafadhali.

We'd like a room in a good hotel.
In the city or outside?
Preferably in the city.

Lesson 11

Dialogue translation

11.1.1 Excuse me, which way is it to the station?
Go straight, at the second traffic light, to the right.
Thank you.

11.1.2 Where is the closest taxi stand, please?
At the next intersection, turn left and keep going straight, then turn right at the next traffic light up to the bus terminal, there is a taxi stand.
Could you repeat that?
Next intersection left-straight-next traffic light right-to the bus terminal.
Thank you.

11.1.3 Excuse me-to the airport?
You are going the wrong way. You must turn back. After 2 km. there will be a sign.
Thank you very much.

11.1.4 How do I get to the "Twiga" hotel, please?
You best take the bus number 11. Ask the conductor.

11.1.5 Excuse me, is there a theater agency around here? I would like to buy theater tickets.
Go to the tourist office, opposite the main station. They also sell theater tickets there.
Is it far to the main station?
No, it's three or four stops with bus line 2.
Thank you.

Lesson 11

Dialogue translation (ctd.)

11.1.6   Can I help you?
We would like a room in a good hotel.
In the city or outside.
Preferably in the city.
In that case take a taxi to the "Intercontinental".
There is always a vacant room. Shall I call there for you?
Yes, please do.

Lesson 11

Sentence patterns

11.2.1   You are asking directions to places in an East African city:

Samahani, vipi niende steshen?
Samahani, kanisa iko wapi?
Samahani, simu iko wapi?

Tafadhali, hospitali ya karibu iko wapi?
Tafadhali, mbuga ya wanyama iko wapi?
Tafadhali, hoteli ya "Intercontinental" iko wapi?

Tafadhali, kiwanja cha ndege kiko wapi?
Tafadhali, katikati ya mji ni wapi?
Tafadhali, Manisipal iko wapi?

Vipi naweza kufika steshen, tafadhali?
Vipi naweza kufika gatini, tafadhali?
Vipi naweza kwenda Oyster Bay, tafadhali?

11.2.2   You are now receiving directions in Kiswahili:

Endelea moja kwa moja mpaka taa ya tatu mkono wa kulia.
Njiapanda ya pili, halafu moja kwa moja, taa ya pili kwa kushoto.
Moja kwa moja.

Lesson 11

Sentence patterns (ctd.)

Njiapanda ya tatu, mkono wa kulia.
Taa ya nne mkono wa kushoto.
Mbele ya steshen.

Ni mbali. Bora upande teksi.
Panda teksi au garimoshi.
Panda basi au teksi.
Panda namba nane na muulize utingo.

11.2.3 You ask a passer-by if it is far to a certain place:

Steshen iko mbali?
Kiwanja cha ndege kiko mbali?
Katikati ya mji ni mbali?
Steshen ya garimoshi ya pili iko mbali?
Kituo cha basi cha pili kiko mbali?
Kituo cha teksi kiko mbali?
Mbuga ya Serengeti iko mbali?

11.2.4 You will get one of the following answers:

Si mbali. Taa ya pili mkono wa kulia.
Mbali kidogo. Nusu saa kwa gari.
Si mbali. Saa moja kwa garimoshi.
Hapa ni katikati ya mji. Sijui.
Haizidi dakika tano.
Kwa miguu ni dakika kumi.
Sijui. Mimi pia mgeni hapa.

Lesson 11

Sentence patterns (ctd.)

11.2.5 If you do not understand what someone says, you ask:

Utaweza kurudia?
Tafadhali sema tena.
Umesema upesi sana. Tafadhali rudia.
Sikufahamu. Tafadhali rudia.

11.2.6 At the tourist information desk you might want to ask:

Hoteli nzuri ya karibu na hapa iko wapi?
Naweza kubadilisha fedha wapi karibu na hapa?

Unaweza kunisifia hoteli gani?

Tutapenda chumba katika hoteli nzuri.
Nitapenda chumba katika hoteli nzuri.

Una ramani ya mji?
Utaweza kunionyesha kwenye ramani ya mji?

Kuna safari za matembezi za watalii?
Kuna matembezi ya mjini?
Wapi naweza kumpata ajenti wa safari?

Lesson 11

The new words

11.

njia	way
uliza	ask
huuliza	one asks
mtu huuliza vipi njia	how one asks for the way
kuelekeza	to direct

11.1.1

samahani	excuse me
moja kwa moja	straight on
mpaka	until
taa za magari	traffic light
ya pili	the second
mkono wa kulia	right hand; to the right

11.1.2

steshen ya karibu	a nearby station
endelea	continue
moja kwa moja	straight ahead
mpaka	until
kwenye	at
taa ya pili	second light
geuka	turn
halafu	then
kulia	to the right
penye	at
uende	you should go
kituo cha teksi	taxi stand

Lesson 11

The new words (ctd.)

njiapanda	intersection
kushoto	to the left
stesheni ya basi	bus terminal
tena	again
ahsante	thank you
unaweza	can you
rudia	repeat

11.1.3

kiwanja cha ndege /	
uwanja wa ndege	airport
njia siyo	wrong way
lazima urudi	you must return
kilomita	kilometer
baada ya	after
utaona	you will see
alama	sign

11.1.4

hoteli	hotel
twiga	giraffe
bora	the best

Lesson 11

The new words (ctd.)

uchukue	you take
mgeni	visitor
hapa	here
haizidi	is not more
kwa miguu	walking

11.1.5

kurudia	to repeat
sema tena	say it again
upesi	fast
unaweza	could you
kuna	there is
ajenti wa safari	travel agent
tiket za thieta	theater tickets
kuna	is there..?
mahali pa tikti	ticket place
kununua	to buy
nataka kununua	I want to buy
ofisi ya watalii	tourist office
mkabala	opposite
stesheni kuu	main station
mbele ya	in front of
mbali	far

Lesson 11

The new words (ctd.)

kituo	stop
bora uchukue	it's better you take
teksi	taxi
panda	ride
chukua	take
garimoshi	train
muulize	ask
utingo	conductor
kituo cha teksi	taxi stand
njiapanda	intersection
kushoto	to the left
endelea	continue

11.1.6

Nikusaidie?	May I help you?
nitapenda	I would like
chumba	room
kizuri	good
katika hoteli nzuri	in a good hotel
kati ya mji	in the center of the city
stesheni ya basi	bus terminal
mbuga ya wanyama	game park
nje	outside
tupu	vacant

Lesson 11

The new words (ctd.)

Unataka nikupigie simu?	Do you want me to telephone you?
ya karibu	nearby
iko	is at

11.2.1

kanisa	cathedral
simu	telephone
hospitali	hospital
mbuga za wanyama	game parks
bandari	port

11.2.2

moja kwa moja	straight on
halafu	then

11.2.3

kati ya mji	city center
stesheni ya basi	bus station
kituo cha basi	bus stop

11.2.4

nusu saa	half an hour
gari	vehicle
kwa miguu	on foot
haizidi	not more
mgeni	visitor

Lesson 11

The new words (ctd.)

11.2.5

upesi sana	very fast
sema tena	say it again

11.2.6

pesa / hela / fedha	money
badilisha	change / exchange
fedha	silver
una	do you have
ramani	map
kunionyesha	to show me
safari za matembezi	excursion trips
matembezi ya mjini	city tours
ofisi ya safari	travel agency
Wapi kuna ...?	Where is there..?

Lesson 11

Interactive tape exercise

11.3.1 (tape exercise) Ask how to get to the place named by the tape. Repeat the tape's confirmation. Finally, try to understand the directions of your informant.

>Tape: *(kiwanja cha ndege)*
>Student: *Samahani. Vipi naweza kufika kiwanja cha ndege?*
>Tape: *Samahani. Vipi naweza kufika kiwanja cha ndege?*
>Student: *Samahani. Vipi naweza kufika kiwanja cha ndege?*
>Tape: *Moja kwa moja.*

Now it is your turn to ask:

(steshen)- (steshen kuu)- (thieta)-(mbuga ya Serengeti)-(kati ya mji)-(manisipal)-(gatini)

Dialogue text lesson 12

LESSON 12 — TALKING TO THE TAXI DRIVER AND TO THE CONDUCTOR
You learn what to say in a taxi, a minibus or bus, in a train.

12.1.1 Approaching a taxi cab:

- *Je huna kazi?*
- *Ndiyo, tafadhali. Mizigo yako...*
- *Mjini tafadhali. Unaweza kunisifia hoteli nzuri?*
- *Zipo hoteli nzuri huko. Nikupeleke Kilimanjaro ipo mbele ya Steshen Kuu? Kati ya mji.*
- *Vizuri. Twende.*
- *Tafadhali mizigo yako. Nauli shilingi 6500.*
- *Hizi shilingi elfu saba. baki zako.*

Yes, please... Are you available?
Yes. Your luggage, please...

There are several good hotels there. Shall I take you to the Kilimanjaro, that's right across the main station...?

To the city, please. Can you recommend a good hotel?

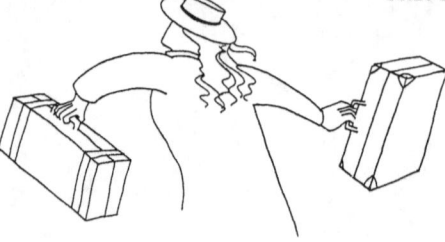

Good, let's go there...

To the NEW AFRICA hotel, please

12.1.2 Entering a bus:

- *Hoteli ya Twiga*
  Teremka. Shilingi 3500 tafadhali.
- *Ahsante.*

That's New Africa... 1000 shillings, please - Thank you.

Lesson 12

Dialogue text (ctd.)

12.1.3 Traveling by railway:

- *Gari hili linakwenda Mikumi?*
- *Hapana. Tunakwenda Steshen. Panda namba 8.*
- *Ahsante.*

Is this car going to the Mikumi game park?

No, we are going to the main station. Take line number 8...

12.1.4 Traveling by rail way:

- *Habari?*
- *Tikti tafadhali.*
- *Itanibidi kubadilisha treni?*
- *Ndiyo, lazima ubadilishe Voi.*
- *Nitangoja kwa muda gani Voi?*
- *Treni yako ya Nakuru itaondoka baada ya dakika ishirini kutoka platform namba sita.*
- *Ahsante.*

Good afternoon, tickets, please!

Do I have to change trains?

Yes you'll have to change at Arusha.

How long does the train stop at Arusha?

You'll have a connecting train at Arusha after 20 minutes, from platform 6...

177

Lesson 12

Dialogue translation

12.1.1   Are you available?
Yes, please. Your luggage..
To the city, please. Can you recommend a good hotel?
There are several good hotels there. Shall I take you to the "Kilimanjaro," that is right opposite to the main station? It's in the center of the city.
Good, let's go.
Your luggage, please. That will be 6500 shillings.
Here are 7000 shillings. Keep the change.

12.1.2   The "Twiga" hotel.
Get off at Shaaban Robert Road
3500 shillings, please.
Thank you.

12.1.3   Is this bus going to Mikumi game park?
No. We'are going to the main station. Take number 8. Thank you.

12.1.4   Good afternoon (or Good morning).
Tickets, please.
Do I have to change trains?
You have to change trains in Voi.
How long will my stop over be in Voi?
Your train to Nakuru will be leaving after 20 minutes, from platform 6.
Thank you.

Lesson 12

Sentence patterns

12.2.1 You tell the taxi driver or the conductor where you want to go:

Mjini, tafadhali.
Hoteli ya "Kilimanjaro."
Steshen Kuu.
Mbuga ya Mikumi.
Oyster Bay, tafadhali.
Mnazimmoja, tafadhali.

12.2.2 You are told how much you have to pay:

Shilingi elfu na mia sita.
Shilingi mia nane na arbaini na tano.
Shilingi themanini.
Itakuwa shilingi mia tano na ishirini.
Itakuwa shilingi mia nne na thelathini.
Itakuwa shilingi sabini na tano.
Shilingi elfu tu.
Shilingi mia tatu na kumi.

12.2.3 If you want the taxi driver to keep the change, you give him a bill and say:

Hizi shilingi elfu. Baki zako.
Hizi shilingi mia nane. Baki zako.
Hizi shilingi elfu mbili. Baki zako.
Hizi shilingi elfu tano. Baki zako.

Lesson 12

Sentence patterns (ctd.)

12.2.4 You may wish to ask the train conductor if and where you have to change trains:

Itanibidi nibadilishe treni?
Wapi nibadilishe treni?
Hii ni treni isiyosita?

12.2.5 His answer will be:

Itakubidi ubadilishe Voi.
Itakubidi ubadilishe Arusha.
Itakubidi ubadilishe Mwanza.

Hubadilishi.
Treni inapita huko.

12.2.6 You might want to know when the connecting train leaves from which platform:

Lini nitabadilisha treni?
Ulingo upi / Platfom ipi?
Nitangoja Moshi kwa muda gani?
Ni muda gani hata ifike treni ya Mwanza?

The conductor will tell you how long the train stops:

Dakika moja - dakika moja na nusu - Nukta thelathini - robo saa.

Lesson 12

The new words

12.

mazungumzo	conversation
na dreva wa teksi	with a taxi driver

12.1.1

mizigo	luggage
baadhi	some
michace	a few
hoteli	hotels
kupeleka	to take to a place, deliver
ipo	is located
katikati	center, middle
huko	there
jumla	total
itakuwa	will be
ni	is / are
elfu na mia nane	1800
baki	remaining
zako	yours

Lesson 12

The new words (ctd.)

12.1.2

simama — stop / stand
teremka — get off
shilingi elfu — a thousand shillings
mia — hundred

12.1.3

twende — let us go
inakwenda — it goes
basi — bus
chukua — take

12.1.4

tikti — tickets
itanibidi — will I have
lazima — must
badilisha — to change
kituo — stop
ulingo / platfom — platform
itaondoka — will leave
kutoka — from
kungoja — to wait

12.2.2

shilingi — shilling
kamili — exactly, complete

Lesson 12

The new words (ctd.)

12.2.3

hizi	these
baki	remaining

12.2.4

trereni / garimoshi	train
inapita	it passes
isiyosita	which does not stop

12.2.5

itakubidi	you'll have
ubadilishe	to change
hubadilishi	you do not change

12.2.6

ngoja	wait
dakika	minute
nukta	seconds
dakika	minutes

Lesson 12

Interactive tape exercises

12.3.1 (tape exercise) In the bus, in an East African city, you ask the conductor if you have to change cars at a certain stop. Try to understand the conductor's answer.

    Tape: *Mbuga ya Mikumi*
    Student: *Itanibidi nibadilishe gari kwenda Mikumi?*
    Tape: *Itanibidi nibadilishe gari kwenda Mikumi?*
    Student: *Itanibidi nibadilishe gari kwenda Mikumi?*
    Tape: *Si lazima ubadilishe.*

Now it is your turn:

(steshen kuu) / (kituo chapili) / (kanisani) / (gatini) / (kiwanja cha ndege) / (steshen) / (steshen ya basi)

12.3.2 (tape exercise) Traveling by railroad, you ask the train conductor how long the train stops at a certain place. Use the suggestions of the tape. Try to understand the conductor's answer.

    Tape: *(Voi)*
    Student: *Tutakuwa Voi kwa muda gani?*
    Tape: *Tutakuwa Voi kwa muda gani?*
    Student: *Tutakuwa Voi kwa muda gani?*

    Tape: *Dakika tano.*

Now it is your turn to ask the conductor:

(Nairobi,) / (Arusha) / (Dodoma)

Dialogue text lesson 13

LESSON 13
BUYING TICKETS FOR TRAVEL
What to say when buying a train ticket or airline ticket... How to check in luggage... At a travel agency.

A ticket to Mwanza, Please.

First or second class?

One way or return?

One way.

Second class...

30,000 shillings and 1000 shillings surcharge
Total 31000 shillings.

13.1.1 At the ticket counter of the railway station:

- Tikti ya Mwanza, tafadhali.
Kwenda au kwenda na kurudi?
- Kwenda tu.
- Daraja ya kwanza au ya pili/ya kochi?
- Ya kwanza.
- Shilingi thelathini elfu na shilingi elfu moja ziada. Jumla thelathini na moja elfu.

First class one-way to Nairobi, please...

Does the train have sleepers or convertibles?

The Express has sleeping cars. Would you like a place in a sleeping car?

13.1.2

Yes, please.

- Daraja ya kwanza, kwenda Nairobi, tafadhali.
Treni ina behewa lenye vitanda au viti vya kukunjua?
- "Express" ina behewa lenye vitanda. Utapenda mahali katika behewa lenye vitanda?
Ndiyo, tafadhali

Lesson 13

Dialogue text (ctd.)

I'd like to check in this suitcase to Dodoma, please.

May I see your ticket? Fill out these 2 tags and put one inside the suitcase.

13.1.3 Checking in large luggage at the station:

- Nitapenda kuchukua mzigo huu katika safari yangu ya Arusha, tafadhali.
- Nipe tikti yako. Jaza hivi vikaratasi viwili na tia kimoja sandukuni.
- Ahsante.

13.1.4

When will the next plane leave for Nairobi?

At 14.10 hours. There are still seats available. Shall I reserve a seat for you?

Yes, please.

Do you pay by credit card or cash?

By credit card.

- Ndege ya Arusha itaondoka lini?
- Saa 2:10. Viti vipo. Nikufungie kimoja?
- Naam, tafadhali. Utalipa kwa kadi au taslimu?
- Kwa kadi ya mkopo.

13.1.5 At the travel agency:

- Nitapenda kulipia matembezi ya mjini kwa kesho na kwa ajili ya watu wawili.
- Kutwa au nusu ya siku?
- Kutwa. Kiasi gani?
- Kutwa kwenda na kurudi kwa mtu mmoja. 48000/- tafadhali. Mnakaa wapi?
- Tunakaa hoteli ya Twiga.
- Basi litakuwa hoteli saa mbili na dakika ishirini.
- Ahsante. Kwaheri.
- Kwaheri. Kuweni na wakati mzuri.

I'd like to book a city tour for tomorrow, for two persons.

The full day tour costs 10,000 shillings per person. 20,000 please. Where are you staying? The bus will be at the TWIGA HOTEL at 8.20 hours

Lesson 13

Dialogue translation

13.1.1 A ticket to Mwanza, please.
        One way or return?
        One way.
        First or second class?
        First class.
        30000/- and 1000/- surcharge. 31,000/-.

13.1.2 First class one way to Nairobi, please. Does the train have sleeping cars or convertibles?
        The "Express" has sleeping cars. Would you like a place in a sleeping car?
        Yes, please.

13.1.3 I would like to take this suitcase to Arusha, please.
        May I have your ticket? Fill out these two tags and put one inside the suitcase.
        Thank you.

13.1.4 When will the next plane to Arusha leave?
        At 2.10. There are still seats available. Shall I reserve a seat for you?
        Yes, please.
        Do you pay by credit card or cash?
        By credit card.

Lesson 13

Dialogue translation

13.1.1   A ticket to Mwanza, please.
         One way or return?
         One way.
         First or second class?
         First class.
         30000/- and 1000/- surcharge. 31,000/-.[1]

13.1.2   First class one way to Nairobi, please. Does the train have sleeping cars or convertibles?
         The "Express" has sleeping cars. Would you like a place in a sleeping car?
         Yes, please.

13.1.3   I would like to take this suitcase to Arusha, please.
         May I have your ticket? Fill out these two tags and put one inside the suitcase.
         Thank you.

13.1.4   When will the next plane to Arusha leave?
         At 2.10. There are still seats available. Shall I reserve a seat for you?
         Yes, please.
         Do you pay by credit card or cash?
         By credit card.

---

1 As of this writing the equivalent rate of the U.S. dollar is 74 shillings in Kenya, 716 shillings in Tanzania and 1462 shillings in Uganda.

Lesson 13

Sentence patterns

13.2.1 You want to buy a train ticket at the station:

Tafadhali, tikti ya Nairobi.
Tikti ya daraja ya kwanza kwenda Mozambique(Msumbiji).
Behewa lenye vitanda, tafadhali.
Tikti ya daraja ya pili kwenda Nairobi. Kiti cha kukunjua, tafadhali.
Tikti ya kwenda na kurudi Kampala.
Tikti ya daraja ya kwanza ya kwenda na kurudi Entebbe.

13.2.2 You should check in your large pieces of luggage to your destination:

Nitapenda kuyaandikisha masanduku yangu mawili kwendea Nairobi, tafadhali.
Nitapenda kuiandikisha baiskeli yangu kwendea Mwanza, tafadhali.
Niandikishie vifaa vyangu kwendea Nairobi, tafadhali.
Niandikishie mkoba wangu na sanduku langu kwendea Arusha, tafadhali.
Niandikishie boksi langu kwendea Zanzibar, tafadhali.
Niandikishie skies zangu kwendea Swiiza, tafadhali.

Lesson 13

Sentence patterns (ctd.)

13.2.3 At the airport you want to know when the flight to your destination is leaving:

Ndege ya pili kwendea Nairobi ni lini?
Ndege ya pili kwendea London ni lini?
Ndege ya pili kwendea Zanzibar ni lini?

Ndege ya mwisho kwendea Berlin ni lini?
Ndege ya mwisho kwendea New York ni lini?
Ndege ya mwisho kwendea Toronto ni lini?

13.2.4 Before paying for your ticket, you might want to say:

Naweza kulipia kwa kadi ya mkopo?
Naweza kulipia kwa hundi?
Naweza kulipia kwa hundi ya safari?

13.2.5 At a travel agency or at your hotel you might wish to book a sightseeing tour through an East African city:

Napenda kufungisha tikti ya matembezi ya mjini kwa kesho.
Napenda kufungisha tikti ya kuitembelea Malindi kwa kesho kutwa.
Nataka kufungisha tikti ya matembezi ya sehemu ya Kilimanjaro.
Nataka kufungisha tikti ya kwenda na kurudi Serengeti.
Nataka kufungisha tikti ya ndege ya kwendea Nairobi.

Lesson 13

The new words

13.

nunua	buy
tikti ya ndege	airline ticket

13.1.1

tikti ya	ticket of
jumla	total
kwenda	to go
kwenda na kurudi	return ticket
ziada	extra

13.1.2

daraja	class
behewa lenye vitanda	car with beds
viti vya kukunjua	seats that unfold

13.1.3

mahali	place
kuchukua	to take
mzigo	luggage
safari	trip
nipe	give me
jaza	fill in
hivi vipande	these pieces (tags)
tia	put in
sandukuni	in the suitcase

Lesson 13

The new words (ctd.)

13.1.4

ndege	plane
itaondoka	will leave
viti	seats
vipo	there are available
nikufungie	shall I reserve for you
naam	yes
unalipia	you pay with
kadi ya mkopo	credit card
taslimu	cash

13.1.5

kulipia	to pay for
matembezi ya mjini	city tour
watu	people
mtu	person
kutwa	full-day
kwa ajili	for , because of
nusu siku	half-day
kiasi gani	how much
kwenda na kurudi	round trip
mnakaa	you stay
tunakaa	we stay
litakuwa	will be
kwaheri	good-bye
siku njema	have a good day

Lesson 13

The new words (ctd.)

13.2.1

ya daraja ya kwanza	of the first class

13.2.2

kuyaandikisha	to register (suitcases)
masanduku	suitcases
baiskeli	bicycle
niandikishie	register for me, write
vifaa	equipment
mkoba	bag
boksi	box
kwendea	going to
skii	skis

13.2.3

ndege	airplane
ya mwisho	last
ya mwanzo	first

13.2.4

naweza kulipia	can I pay by
hundi	check
hundi ya safari	traveler's check

Lesson 13

The new words (ctd.)

13.2.5

matembezi	sightseeing
mjini	town
kesho kutwa	the day after tomorrow
Malindi	name of a place
Serengeti	name of a game park
Kilimanjaro	mountain and place name
mbuga	game parks
safari ya ndege	flight

Lesson 13

Interactive tape exercises

13.3.1 (tape exercise) You are buying a train ticket for the destination suggested by the tape. If you do not specify whether you wish to travel first or second class, you'll most likely get a second class ticket. If the man at the ticket counter asks back, tell him you want first class. Always repeat the tape's confirmation.

> Tape: *(kwenda - Nairobi)*
> Student: *Tikti ya kwenda Nairobi, tafadhali.*
> Tape: *Tikti ya kwenda Nairobi, tafadhali.*
> Student: *Tikti ya kwenda Nairobi, tafadhali.*
> Tape: *Daraja ya kwanza au ya pili?*
> Student: *Daraja ya kwanza.*
> Tape : *Daraja ya kwanza.*
> Student: *Daraja ya kwanza.*
>
> Tape: *(Dodoma - kwenda na kurudi)*
> Student: *Kwenda na kurudi Dodoma, tafadhali.*
> Tape: *Kwenda na kurudi Dodoma, tafadhali*
> Student: *Kwenda na kurudi Dodoma, tafadhali.*
>
> Tape: *Shilingi elfu nane na mia tano, tafadhali.*

Now it is your turn to buy a ticket:

(Arusha-kwenda) / (Nairobi-kwenda na kurudi) / (London-kwenda) / (Viena-kwenda na kurudi) / (Paris- kwenda) / (Mwanza-kwenda na kurudi)

Lesson 13

Interactive tape exercises (ctd.)

13.3.2 (tape exercise) You are checking in a piece of luggage to your destination at the luggage counter of the railway station.

Tape: *(baiskeli-Voi)*
Student: *Tafadhali baiskeli hii ni mzigo wangu wa kwenda Voi.*
Tape: *Tafadhali baiskeli hii ni mzigo wangu wa kwenda Voi*
Student: *Tafadhali, baiskeli hii ni mzigo wangu wa kwenda Voi.*

Now it is your turn:

(sanduku-Nairobi) / (mfuko-Mwanza) / (masanduku mawili-London) / (masanduku matatu-Kampala) / (skii-Swiiza) / (mafurushi mawili-Mwanza) / (furushi moja-Paris)

13.3.3 (tape exercise) You ask at the information desk when the next bus, train, or plane to a certain destination will be departing. Repeat the tape's confirmation, and try to understand the answer of your informant:

Tape: *(basi-mbuga ya Mikumi)*
Student: *Basi la pili kwendea mbuga ya Mikumi ni lini?*
Tape: *Basi la pili kwendea mbuga ya Mikumi ni lini?*
Student: *Basi la pili kwendea mbuga ya Mikumi ni lini?*
Tape: *Saa nane na dakika ishirini na saba.*

Tape: *(garimoshi / treni-Nairobi)*
Student: *Treni ya pili kwendea Nairobi ni lini?*
Tape: *Treni ya pili kwendea Nairobi ni lini?*

Lesson 13

Interactive exercises (ctd.)

> Student: *Treni ya pili kwendea Nairobi ni lini?*
>
> Tape: *Kesho asubuhi saa sita na dakika ishirini.*

Now it is your turn to ask for the next departure:

(basi-steshen kuu) / (ndege-London) / (garimoshi-Dodoma) / (basi-kanisani) / (ndege-Amsterdam) / (ndege - Paris) / (basi-Makadara)

13.3.4 (tape exercise) You want to make a certain booking in a travel agency.

> Tape: *(matembezi ya mtalii ya mjini-kesho)*
> Student: *Nitapenda kufungisha tikti ya matembezi ya mjini kwa kesho.*
> Tape: *Nitapenda kufungisha tikti ya matembezi ya mjini kwa kesho.*
> Student: *Nitapenda kufungisha tikti ya matembezi ya mjini kwa keshoi.*

Now it is your turn:

(safari ya Serengeti-kesho kutwa) / (hotel-Ijumaa na Jumamosi) / (safari ya Lamu-wiki ijayo) / (safari ya Kampala-Jumapili) / (chumba katika Intercontinental-leo) / (safari ya kutembelea Nakuru -mwisho wa juma ijayo)

Dialogue text lesson 14

LESSON 14

SHOPPING
How to buy a city map, postcards, clothing, books...Prices in Swahili...in a department store or a market and in a music shop.

I'd like to buy a dress!

14.1.1

- *Habari? Nitapenda kununua kanzu.*
- *Utapenda mavazi ya kawaida au ya rasmi?* - *Tafadhali nionyeshe kanzu zako ndefu. Natafuta gauni ya jioni au ya kuvaa thieta.*
- *Unaionaje nguo hii ya buluu?*

Would you like something for every day or rather something festive?

Please show me your long gowns. I am looking for an evening dress, or for something to wear to the theater.

Excuse me. Where do I get a city map?

14.1.2

In a department store:

-*Samahani, wapi naweza kupata ramani ya mji?*
-*Kule kwenye sehemu ya vitabu.*
-*Ahsante.*

Over there, in the Stationery department.

Thank you.

How much is this book, please.

The price is here: 2,400 shillings.

14.1.3

- *Kitabu hiki ni bei gani?*
- *Bei yake ni 10,400/-.*
- *Pia nitapenda kununua kamusi la Kiingereza kwa Kiswahili.*
- *Nakusifia kamusi la Taasisi. Ni Kiingereza kwa Kiswahili na Kiswahili kwa Kiingereza.* - *Ahsante. Nitachukua hili. Kamusi ni shilingi 25,000, tafadhali.*

I would also like to buy English - Swahili dictionary...

Lesson 14

Dialogue text (ctd.)

Could you show me your kitenge dresses?

Gladly, is the dress to be for yourself?

Try this one on. Size 38 should fit.

Here around the waist it is a little wide. Otherwise, I like it very much.

14.1.4 In a sports shop which carries national clothes:

- *Tafadhali nionyeshe kanzu zako za vitenge.*
- *Vyema. Kwa ajili yako wewe mwenyewe?*
- *Ndiyo.*
- *Jaribu hii ya kilingo 38. Itakufaa.*
- *Inanipwaa hapa kiunoni, lakini naipenda sana.*
- *Tunaweza kukubania kidogo.*
- *Lini itakuwa tayari?*
- *Unaweza kuipata leo jioni kidogo kabla ya saa kumi na mbili.*
- *Vizuri. Nitaichukua.*

14.1.5

- *Unazo rekodi za muziki wa kitaifa wa Kiswahili?*
- *Tuna namna nyingi.*
- *Unataka nyimbo au ala?*
- *Nahiari beni.*
- *Kama hivyo nakupendelea rekodi hii. Ungependa kuisikia?*
- *Haya, tafadhali. Hii naipenda. Nitaichukua.*

Do you have records with Swahili folk music?

There we have a large selection. Would you like songs or instrumental music?

Preferably brass band music.

In that case, I recommend this record to you...

Lesson 14

Dialogue text (ctd.)

14.1.6

- *Utaweza kunionyesha pete hii?*
- *Vyema.*
- *Si hii. Hiyo karibu yake.*
  Ile?
- *Ndiyo ile.*

Could you show this ring to me?

(Gladly)

(That one?)

Not this one, the one beside it...

Yes, that one.

Lesson 14

Dialogue translation

14.1.1 Hi! I'd like to buy a dress.
Would you like something for every day, or rather something festive?
Please show me your long gowns. I am looking for an evening dress, or something to wear for the theater.
How do you like this blue dress?

14.1.2 Excuse me, where do I get a city map?
Over there, in the stationery department.
Thank you.

14.1.3 How much is this book, please?
The price is here: 10,400/-.
I would also like to buy an English-Swahili dictionary.
For that I can recommend this dictionary by the Institute of Kiswahili. It is English - Kiswahili and Kiswahili-English.
Thank you, I'll take this one.
The dictionary is 25,000/-.

14.1.4 Could you show me your "kitenge" dresses?
O.K. Is the dress to be for yourself?
Yes.
Try this one on. Size 38 should fit.
It's a little loose right here around the waist.
Otherwise, I like it a lot.
We can make it tighter for you.
When could it be ready?
You could get it this afternoon shortly before six.
Good. I'll take it.

Lesson 14

Dialogue translation (ctd.)

14.1.5 Do you have records with Swahili regional music?
There we have a large selection. Do you want songs or instrumental music?
Preferably brass band music.
In that case, I would recommend this record to you.
Would you like to hear it?
Yes, please. I like this one. I'll take it.

14.1.6 Could you show this ring to me?
O.K.
Not this one; the one beside it.
That one?
Yes, that one.

Lesson 14

Sentence patterns

14.2.1 You enter a clothing store and say:

Nataka kununua kanzu.
Nataka kununua suruali.
Nataka kununua koti refu.
Nataka kununua kofia.
Nataka kununua viatu (sapatu).
Nataka kununua kanga.

14.2.2 At a news stand, book stall or stationery shop you say:

Una kamusi ya Kiswahili kwa Kiingereza?
Una kamusi ya Kiingereza kwa Kiswahili?
Una plani ya mji wa Dar es Salaam?
Una ramani ya njia, ya Tanzania?

Naomba penseli.
Naomba kalamu.
Naomba kalamu ya wino.

Unaweza kunionyesha kitabu hiki?
Unaweza kunionyesha karatasi za kuandikia?

Tafadhali hili gazeti.
Tafadhali hili jarida.
Tafadhali bahasha.
Tafadhali karatasi za kuandikia za ndege.
Tafadhali bahasha za ndege.
Tafadhali kifutio

Lesson 14

Sentence patterns (ctd.)

14.2.3 In a large department store you might have to ask:

Ziko wapi rekodi?
Iko wapi sehemu ya vyakula?
Wapi naweza kupata filam?
Wapi naweza kupata rikoda?

Wapi naweza kununua filam?
Wapi naweza kununua michezo ya watoto?
Iko wapi sehemu ya vifaa vya riyadha?

14.2.4 You will receive the following directions:

Ghorofa ya nne. Panda lifti.
Sakafu ya chini. Panda ngazimtambo.
Ghorofa ya tatu. Unaweza kuchukua lifti.
Kule zaidi. Kwenye sehemu ya picha.
Sehemu ya michezo iko kwenye ghorofa ya pili.
Sehemu ya vifaa vya riyadha iko kwenye ghorofa ya kwanza; upande wa pili wa ngazimtambo.

Lesson 14

Sentence patterns (ctd.)

14.2.5 You inquire about the prices of several articles:
Bei gani kalamu hii?
Bei gani koti hili la manyoya?
Bei gani jozi ya viatu hivi?
Bei gani hivi vifuniko vya mkono vya ngozi?
Bei gani kanga hizi?
Bei gani hii kanzu ya buluu?
Bei gani hii tai nyekundu?
Bei gani hii kofia nyeupe?
Bei gani hii chupa ya wiski?

Having found an article you like, you can say to the sales person:

Naipenda kanzu hii. Nitaichukua.
Naipenda suti hii. Nitaichukua.
Naipenda rekodpleya hii. Nitaichukua.

or you could say:

Kanzu hii naipenda. Nitaichukua.
Suti hii naipenda. Nitaichukua.
Rekodpleya hii naipenda. Nitaichukua.

Lesson 14

Sentence patterns (ctd.)

14.2.7 You may wish to buy some East African fabrics and clothings:

Una nguo za kienyeji?
Una vitambaa vya vitenge?
Una kanga mpya?

Tafadhali nionyeshe kofia za Waswahili.
Nataka kanzu za kienyeji?

14.2.8 In a jewelry shop you ask the shopkeeper:

Naweza kutazama hiyo pete?
Naweza kutazama hiyo saa?
Naweza kutazama hiyo pochi?

Naweza kutazama huo mkufu?
Naweza kutazama huo mkufu wa dhahabu?
Naweza kutazama huo mkufu wa fedha?
Naweza kutazama hizo bangili?

14.2.9 The jeweler reaches for the wrong item. You say:

Siyo hiyo, upande wa pili
Siyo hiyo, chini zaidi.
Siyo hiyo, ya juu yake.

Lesson 14

Sentence patterns (ctd.)

Siyo hiyo, ya kushoto yake.
Siyo hiyo, ya kulia yake.
Siyo hiyo, ya mbele yake.
Siyo hiyo ya nyuma yake.

Kito cha manjano si buluu.
Mkufu mweupe si kijani.
Shanga nyeupe si manjano.
Pochi ya dhahabu si fedha.

Si nyeusi, kahawia. Si manjano, kijani.
Si nyekundu giza, nyekundu mwangaza.
Si buluu mwangaza, buluu giza.
Si rangi ya machungwa, rangi ya zambarau mwangaza.

Saa ya mraba mine si ya duara.
Saa ya umbo la yai si mirabasita.
Kito cha duara si kirefu

Mkufu mfupi si mrefu.
Pochi pana si nyembamba.
Saa ya mfukoni iliyokubwa na batabata.

Kidani cha lulu si cha dhahabu.
Bangili za dhahabu.

Lesson 14

The new words

14.

kwenda madukani — shopping

14.1.1

habari	hi/hello, news
kanzu	a dress
mavazi ya kawaida	regular costumes
nguo	clothes
ya rasmi	special / official
nionyeshe	show me
ndefu	long
natafuta	I'm looking for
jioni	evening
kuvaa	to wear
unaionaje hii?	what do you think of this one?
buluu	blue
thieta	theatre

14.1.2

samahani	forgive me, excuse me
naweza?	am I able?
kupata	to get
ramani	map
kule	over there
sehemu	section
karatasi	paper

Lesson 14

The new words (ctd.)

14.1.3

kitabu	a book
bei gani	what price
bei yake	its price
kamusi	dictionary
nakupendelea	I prefer for you
nakusifia	I recommend for you
Taasisi	Institute
nitaichukua	I will take it

14.1.4

vitenge	type of cotton fabric
vyema	O.K.
kwa ajili yako	for you
jaribu	try
kilingo	size
itakufaa	it will fit you
inanipwaa	it is loose on me
naipenda	I like it
kukubania	to tighten it for you
lini	when
vizuri	very well

14.1.5

unazo?	do you have them?
rekodi	musical records

Lesson 14

The new words (ctd.)

itakuwa tayari	it will be ready
kuipata	to get it
leo jioni	this afternoon
muziki	music
kitaifa	national
namna nyingi	many kinds
nyimbo	songs
ala	musical instruments
nahiari	I prefer
beni	band
ningependa	I would like
kusikia	to hear
haya	alright

14.1.6

kuonionyesha	to show me
pete	ring
karibu yake	near it
hiyo / ile	that one
nguo za kienyeji	local clothes
vitambaa	fabrics
kanga	kanga cloth (traditional East African dress)
kofia	caps; hat
kilemba	turban, head wrap
viatu / njuti	shoes
sapatu	sandals

Lesson 14

The new words (ctd.)

14.2.1

nitapenda	I would like
shati	shirt
dashiki	loose shirt
suruali	trousers, pants
koti refu	long coat
glavu	gloves
dhahabu	gold
fedha	silver

14.2.2

ramani ya njia	road map
penseli	lead pencil
kalamu	ball-pen
kalamu ya wino	fountain pen
jarida	magazine
gazeti	news paper
bahasha	envelope
karatasi za ndege	air mail paper
bahasha za ndege	air mail envelope
kifutio	eraser

Lesson 14

The new words (ctd.)

14.2.3

vyakula	groceries, food
filam	film
rekoda	cassette recorder
michezo ya watoto; chezacheza	toys
sehemu ya michezo riyadha	sports section

14.2.4

ghorofa	storey
ya nne	fourth
lift	elevator, lift
ngazimtambo, eskeleta	escalator
sakafu ya chini	ground floor
sehemu ya picha	photograph section
karibu na	near

14.2.5

koti manyoya	fur coat
jozi	pair
jozi ya viatu	pair of shoes
ngozi	leather
glavu ngozi	leather gloves
kijani, majani	green
tai	tie
hii tai nyekundu	this red tie
hii kofia nyeupe	this white cap
chupa	bottle
hii chupa ya wiski	this bottle of whisky

Lesson 14

New words (ctd.)

14.2.6

suti	suit

14.2.7

mavazi ya kienyeji	local costume
kanzu za kitenge	kitenge dresses
kanzu za kanga	kanga dresses
mapambo ya kienyeji	local ornaments

14.2.8

saa	watch, clock, hour
pochi	bracelet
bangili	bangles
mkufu	chain
kidani	necklace
mkufu wa dhahabu	gold chain
chini yake	underneath it
juu yake	above it
kushoto yake/kwake	left of it
kulia yake/kwake	right of it
mbele yake	in front of it
nyuma yake	behind it
chini zaidi	lower
kito	jewel stone
manjano	yellow
buluu	blue
nyeupe	white

Lesson 14

New words (ctd.)

mkufu mweupe	a white chain
shanga	beads
dhahabu	gold
fedha	silver
shaba	brass
nyeusi	black
nyeupe	white
nyekundu	red
kahawia	brown
kijivu jivu, majivu	grey
buluu mwangaza	light blue
buluu giza	dark blue
machungwa	oranges
rangi ya machungwa	orange color
zambarau	purple
wardi	pink
zambarau mwangaza	lilac
miraba mine	square
duara	round
umbo la yai	egg shaped, oval
miraba sita	hexagon
kito cha duara	a round jewel
kito kirefu	a long jewel
mkufu mrefu	a long chain
mkufu mfupi	a short chain
mnene	thick one
mwembamba	thin one
batabata	flat
kinyago / vinyago	carving/carvings
kikapu / vikapu	basket/baskets

Lesson 14

Interactive tape exercises

14.3.1 (tape exercise) On behalf of your English- speaking companion who does not know Swahili, inquire about the prices of various things in an East African store. Translate the price for your companion.

>Tape: (How much is this book)
>Student: *Bei gani kitabu hiki?*
>Tape: *Bei gani kitabu hiki?*
>Student: *Bei gani kitabu hiki?*
>
>Tape: *Shilingi elfu na mia nne.*
>Student: *Shilingi elfu na mia nne.*
>Tape: *Shilingi elfu na mia nne.*

Now it is your turn to translate:

(hii kamusi ya Kiingereza-Kiswahili) / (hii kalamu ya wino) / (hii kanzu) / (hii suruali) / (hili koti refu) / (kofia hii) / (hii rekodpleya) / (hivi viatu) / (hii chupa ya wiski) / (hii kaseti) / (hizi shanga) / (hiki kinyago)

Dialogue text lesson 15

LESSON 15 — AT THE POST OFFICE

How to ask for the postage of mail items... Sending letters, postcards, parcels and telegrams to various countries.

How much is a postcard to Canada?

(Airmail)

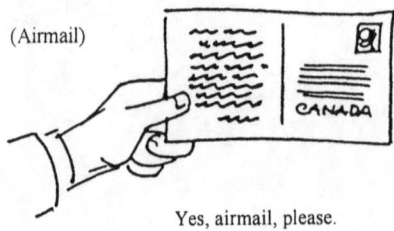

Yes, airmail, please.

Please give me five stamps at 500 shillings.

15.1.1

- *Kiasi gani kupeleka kadi Kanada?*
- *Kwa ndege?*
- *Ndiyo, kwa ndege, tafadhali.*
- *Shilingi 500.*
- *Tafadhali nipe stempu tano za 500/-.*
- *Shilingi elfu mbili na mia tano.*

15.1.2

- *Kiasi gani barua hii ya Australia kwa ndege, tafadhali.*
- *Hebu niione...600/-.*
  (passing the money)
- *Tafadhali.*

This package to the U.S.A.

Please fill out this customs form.
Here, please.
Airmail or ordinary mail?
How much is airmail?
How much is sea mail?

Airmail is 2,450 shillings, ordinary 1500 shillings.

Airmail, please.

How much is this letter to Australia, airmail, please...

Let's see...600 shillings

15.1.3

- *Kifurushi hiki kinakwenda Marekani.*
- *Tafadhali jaza hii fomu ya usafirishaji.*
- *Ndege au meli?*
- *Gharama gani kwa ndege na kwa meli?*
- *Kwa ndege 2450/- na meli 1500/-*
- *Kwa ndege, tafadhali.*

Lesson 15

Dialogue text (ctd.)

15.1.4

- *Nitapenda kupeleka simu ya kuandika Marekani? (passing form)*
- *Gharama gani kwa neno moja?*
- *Neno moja shilingi mia nane.*
- *Ahsante.*

I'd like to send a telegram to the U.S.A.
How much is one word?

One word is 800 shillings.

Thank you.

15.1.5

- *Stempu nane za 300/-, tafadhali.*
Una stempu maalumu?
- *Ndiyo, hizi, 2400/-, tafadhali.*

8 stamps at 300 shillings.
Do you have special stamps?

Yes, here, please. 2400 shillings.

Lesson 15

Dialogue translation

15.1.1 How much is it to send a postcard to Canada?
Air mail?
Yes, air mail.
500/-.
Please give me five stamps at 500/-.
2500/-.

15.1.2 How much to send this letter to Australia, airmail, please!
Let me see it ...600/-.
(passing the money) Please.

15.1.3 This package to the U.S.A.
Please fill out this customs form.
Air mail or sea mail?
How much is air mail, how much is sea mail?
Air mail is 2450/-; sea mail is 1500/-.
Air mail, please.

15.1.4 I would like to send a telegram to the U.S.A.
How much is one word?
One word is 800/-.
Thank you.

15.1.5 Eight stamps at 300 shillings, please.
Do you have special stamps?
Yes, here they are, please 2400/-.

Lesson 15

Sentence patterns

15.2.1 You enter an East African post office and inquire about the postage to various countries:

Kiasi / Gharama gani kupeleka postkadi Kanada?
Kiasi / Gharama gani kupeleka picha Marekani?
Kiasi / Gharama gani kupeleka barua ya ndege Marekani?

15.2.2 You can also pass your mailpiece over the counter and say:
Kadi hii inakwenda Australia, tafadhali.
Kifurushi hiki kinakwenda Uingereza.
Hii kadi inakwenda Kanada tafadhali.
Furushi hii inakwenda Uingereza, tafadhali.
Hiki kifurushi kinakwenda Kanada, tafadhali.

Hii fomu kwa Mexico.
Hii barua ya kuwakilishwa inakwenda Marekani.
Barua hii ya dharura ya kwenda Tokyo.

Kifurushi hiki kinakwenda Hong Kong kwa ndege, tafadhali.
Hundi hii/Manioda hii inakwenda Hamburg.
Furushi hii inakwenda New York. Kiasi / Gharama gani kwa ndege?

15.2.3 If you wish to send a telegram, you may say:

Tafadhali fomu za simu ya kuandika.
Simu ya kuandika tafadhali. Neno moja kiasi / gharama gani?
Hii simu ya Viena. Simu ya pongezi.
Hii simu ya rambirambi.

Lesson 15

Sentence patterns (ctd.)

15.2.4 If you are sending a package to a destination within East Africa, you say:

Risiti ya kusafirishia ndani ya nchi, tafadhali.

Sending a package abroad, you should say:

Fomu ya kusafirishia ng'ambo.

15.2.5 Already knowing what stamps you need, you say:

Tafadhali stempu nane za shilingi ishirini.
Tafadhali stempu nne za shilingi arbaini.
Tafadhali stempu tatu za shilingi khamsini.

Tafadhali nane za mia.
Tafadhali sita za ishirini.
Tafadhali tano za arbaini.
Tafadhali moja ya khamsini.

Lesson 15

The new words

15.

ofisi ya posta	post office

15.1.1

kupeleka	to send
postkadi	postcard
stempu	stamp
kwa ndege	by air mail
nipe	give me

15.1.2

barua	letter
hebu niione	let me see it
anapima	he weighs
anatoa pesa	he takes out the money

15.1.3

kifurushi	small package
kinakwenda	it goes
jaza	fill in
fomu	form
ya usafirishaji	of transportation
ndege	airplane
meli	boat
kiasi/gharama gani?	how much?

Lesson 15

New words (ctd.)

15.1.4

neno	word
simu ya kuandika	telegram

15.1.5

stempu maalum	special stamps

15.2.1

postkadi	picture postcard

15.2.2

barua ya kusahihishwa	certified letter
barua ya ufikishaji	special delivery letter
manioda	money order

15.2.3

fomu ya simu	telegram form

15.2.4

risiti /stikbadhi	receipt
kikaratasi cha usafirishaji	custom dispatch form
ng'ambo	overseas

Lesson 15

New words (ctd.)

15.2.5

stempu 8 za 60/-	eight sixty shillings stamps
stempu nne za 50/-	four fifty shillings stamps
stempu tatu za 40/-	three forty shillings stamps
stempu moja ya 80/-	one eight shillings stamp

Lesson 15

Interactive tape exercises

15.3.1 (tape exercise) You are in an East African city. You inquire about the postage to various countries. Try to understand the answer.

Tape: *(kadi - Swiiza)*
Student: Kiasi / *Gharama gani kupeleka kadi Swiiza?*
Tape: Kiasi / *Gharama gani kupeleka kadi Swiiza?*
Student: Kiasi / *Gharama gani kupeleka kadi Swiiza?*
Tape: *Shilingi mia tatu.*

Now it is your turn:

(barua hii-Kanada) / *(upelekaji maalum-Marekani)* / *(furushi-Ufaransa)* / *(telegram-Ulaya)* / *(kilichochapishwa-Uingereza)*

15.3.2 (tape exercise) Now you ask for a certain number of stamps:

Tape: (5-50)
Student: *Tafadhali stempu tano za shilingi khamsini.*
Tape: *Tafadhali stempu tano za shilingi khamsini.*
Student: *Tafadhali stempu tano za shilingi khamsini.*

Now it is your turn to buy stamps:

(3-80-) / (10-100/-)/ (20- 135/-)

Dialogue text lesson 16

LESSON 16
ARRANGING A LONG-DISTANCE PHONE CALL
How to communicate with the telephone operator...Long-distance call from your your hotel.

16.1.1

At a post office:

- Nitapenda kupiga simu Kanada.
- Niambie namba, tafadhali.
- Kibainisha mahali 604, namba 262-5769.
- Kituo cha kwanza. Nyanyua mkono wa simu itakapolia.
- Ahsante.

I'd like to make a phone call to Canada...

Tell me the number please.

...area code 604, number 262-5769

Booth one.
Take the receiver when it rings.

16.1.2 At the hotel reception:

- Naweza kupiga simu Washington kutoka hapa?
- Ndiyo bila shaka. Unaijua namba?
- Ndiyo, naijua.
- Piga mwenyewe. Simu hii hapa.
- Nikulipe wewe kwa simu?
- Naam. Subiri..(anaisoma mita) unit 34 ni shilingi 17,600.
- (Anatoa pesa) Ahsante.

Can I make a telephone to Washington from here?

Yes, certainly.
Do you know the number?

Yes.
Dial yourself.
The phone is here.

Lesson 16

Dialogue text (ctd.)

16.1.3 Lifting receiver in hotel room

A call to the U.S.A. please.

Operator.

What number, please?

Area code 225, number 432-593.

Please hang up and wait...your call to the U.S.A.

Thank you.

- *Opareta Simu ya Marekani, tafadhali.*
- *Namba gani, tafadhali?*
- *Kibainisha mahali 225, namba 432-5931.*
- *Weka chini mkono wa simu na usubiri. Simu yako ya Marekani.*
- *Ahsante.*

16.1.4

- *Opareta. Simu ya kulipia anayepelekewa ya Uingereza, tafadhali.*
Kibainisha mahali 211, namba ni 6287635.
- *Kamata mstari, nitakuunganishia. Namba ina kazi. Jaribu tena halafu.*
- *Ahsante*

Operator...
A collect call to England, please.

What number?

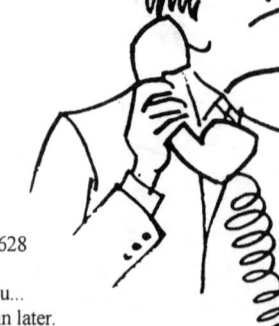

Area code 211085, number 628

Hold the line. I'll connect you...
The number is busy, try again later.

Lesson 16

Dialogue translation

16.1.1 I would like to make a phone call to Canada.
Tell me the number, please.
Area code 604, number 262-5769.
Booth one. Take the receiver when the phone rings.
Thank you.

16.1.2 Can I make a phone call to Washington from here?
Yes, sure. Do you know the number?
Yes.
Dial yourself. The telephone is here.
Do I pay you for the call?
Yes. Wait..34 units, that is 17,000/-.
Thank you.

16.1.3 Operator.
A call to the U.S.A. please.
What number, please?
Area code 225, number 432-5931.
Please hang up and wait.
Your call to the U.S.A.
Thank you.

16.1.4 Operator.
A collect call to England, please.
What number?
Area code 211, number 628-7635.
Hold the line, I'll connect you.
The number is busy. Try again later.
Thank you.

Lesson 16

Sentence patterns

16.2.1 For a long distance phone call you address the clerk in the post office, the man at the hotel reception or the operator:

Nitapenda kupiga simu Kanada.
Nitapenda kupiga simu/kuita New York.
Nitapenda kupiga simu.

Naweza kupiga simu Kanada kutoka hapa?
Naweza kupiga simu New York kutoka hapa?
Naweza kupiga simu ya mbali kutoka hapa?

Tafadhali, nataka kuita Marekani.
Tafadhali nataka kuita London.
Tafadhali, nataka kuita Lagos.

16.2.2 The response to this request will be:

Unaijua namba?
Namba gani, tafadhali?
Niambie namba, tafadhali.

Piga mwenyewe. Simu ile pale.
Piga mwenyewe. Simu hii hapa.
Subiri kidogo. Nitakupatia.

16.2.3 And this is how you ask for a collect call:

Tafadhali, nataka simu ya Uingereza mlipaji anayepelekewa.

Lesson 16

Sentence patterns (ctd.)

Tafadhali, nataka simu ya Marekani mlipaji anayepelekewa.
Nataka simu ya Nairobi mlipaji anayepelekewa.

16.2.4 On the operator's request:
Namba gani, tafadhali? you say the number you want to call:

Uingereza kibainisha arbaini na nne
             44
namba mbili mbili tano, tisa, sufuri
    2   2   5   9   0
Marekani kibainisha mbili moja mbili
              2   1   2
namba sita tano moja sufuri nane
    6   5   1   0   8
Italy kibainisha tisa
               9
namba tatu sufuri saba mbili nane
    3   0   7   2   8

16.2.5 From the operator you will hear one of the following statements:

Simu yako inatoka Uingereza.
Namba ina kazi/ingeji.
Simu zote zinatumiwa.
Hawajibu. Jaribu tena halafu.
Tafadhali zungumza.
Rudisha kisikio na tafadhali subiri.
Weka simu tafadhali. Nitapiga tena.
Ngapi namba yako ya chumba?
Namba hii haijibu.
Namba ina kazi.

Lesson 16

The new words

16.

simu ya mbali	long distance phone call

16.1.1

kupiga simu	to make a phone call
kuita	to call
namba / nambari	number
kibainisha mahali	area code
kituo / kijumba	booth
nyanyua mkono wa simu /	
inua kisikilio	lift up the receiver
inapolia	when it rings

16.1.2

kutoka hapa	from here
bila shaka	of course
piga	dial
piga mwenyewe	dial yourself
simu	telephone
units, alama	units

16.1.3

opareta	operator
weka chini	put down
simu	telephone
kisikilio / mkono wa simu	receiver

Lesson 16

New words (ctd.)

16.1.4

mlipaji mpigiwa	collect call
usiweke chini simu	don't put down the phone
nitakupatia	I'll get it for you
nitakuunganishia	I'll connect you
ina kazi	busy
jaribu	try
tena	again
halafu	later

16.2.1

kupiga simu ya mbali	to make a long distance call

16.2.2

unaijua	do you know?
niambie	tell me

16.2.3

mlipaji anayepelekewa/mpigiwa	collect call

16.2.5

mstari	line

Lesson 16

New Words (ctd.)

mistari	lines
jibu	answer
hakuna anayejibu	no one answers
namba ya chumba	room number
hakuna uunganisho	there's no connection

Lesson 16

Interactive tape exercises

16.3.1 (tape exercise) Arrange telephone calls to various places:

Tape: (Canada)
Student: *Nitapenda kupiga simu Kanada.*
Tape: *Nitapenda kupiga simu Kanada.*
Student: *Nitapenda kupiga simu Kanada.*

Now it is your turn:

(New York) / (Uholanzi) / (Marekani) / (Roma) / (Madrid) / (Nairobi) / (Kampala)

16.3.2 (tape exercise) Ask the operator for a long distance call or a collect call to a certain place, using the suggestion of the tape. Try to understand the operator's answers.

Tape: *(simu ya mbali-* Toronto, Canada)
Student: *Tafadhali, simu ya Toronto, Kanada.*
Tape: *Tafadhali simu ya Toronto, Kanada.*
Student: *Tafadhali simu ya Toronto, Kanada.*

Tape: *Namba gani, tafadhali?*

Now it is your turn:

(simu ya kulipwa na anayepelekewa -London, Uingereza) / (simu -Edinburugh- Scotland) / (simu ya kulipwa na anayepelekewa -Vancouver, Canada) / (simu ya San Francisco, Marekani)

233

Lesson 16

Interactive tape exercises

16.3.3 (tape exercise) Tell the operator the number you want to call, looking at the numbers:

Tape: *Namba gani, tafadhali?* (02315-54986)
Student: *sufuri-mbili-tatu-moja-tano-tano-nne-tisa-nane-sita*
Tape: *sufuri-mbili-tatu-moja-tano-tano-nne-tisa-nane-sita*

Now it is your turn:

(0342-27196) / (089-71490) /)712-87694) / (02769-3562)

Dialogue text lesson 17

LESSON 17
ACCEPTING AND MAKING PHONE CALLS
How to answer the phone, to phone someone...Leaving a message, asking to be called back.

Johnson of General Electric;
Mr. Mhina please...

Mr. Mhina has gone out
for a short while. Could you call again
in half an hour?

Certainly, thank you.

17.1.1

- *Shirika la Johnson la General Electric. Bwana Rajabu Mhina, tafadhali.*
- *Bwana Mhina ametoka kidogo. Utaweza kupiga tena baada ya nusu saa?*
- *Vyema. Ahsante sana.*
- *Jina lako nani?*
- *Johnson wa shirika la General Electric.*
- *Nitamwarifu Bwana Mhina atakaporudi. Ataitaraji simu yako.*
- *Ahsante.*

It's David Brown; can I speak to Mr. Said, please?

17.1.2
- *Kr..Kr.. Juma.*
- *Mimi ni David Brown. Naweza kusema na Bwana Said Bakari, tafadhali?*
- *Subiri kidogo nitakupatia.. Samahani hakuna jawabu kwa Bwana Bakari.*
- *Jaribu tena baada ya dakika kumi.*
- *Ahsante. Kwaheri.*
- *Kwaheri.*

One moment, I'll connect you...
I'm sorry, at Mr. Said's there's no answer.
Try again in ten minutes.

Thank you.
Goodbye.

Lesson 17

Dialogue text (ctd.)

17.1.3

- *Habari Ali? Idara ya Uingereza tafadhali, Dk. Maina.*
- *Nitakupatia...ofisi ya Dk. Maina.*
- *Peter O'Connor kutoka London. Anamwita Bwana Maina, tafadhali.*
- *Uhali gani Bwana O'Connor? Dk. Maina anataraji simu yako.*

The England department, please.
Dr. Maina.
Peter O'Connor from London calling, Dr. Maina, please.

Lesson 17

Dialogue translation

17.1.1   Johnson, of General Electric. Mr. Rajabu Mhina, please.
Mr. Mhina is out for a short while. Could you call again in half an hour?
Very well. Thank you very much.
What is your name, please?
Johnson, from the company General Electric.
I shall notify Mr. Mhina, as soon as he is back.
He will expect your call.
Thank you.

17.1.2   ...Juma
David Brown (here). Can I speak to Mr. Said Bakari, please?
One moment, I'll connect you...I'm sorry, at Mr. Bakari's there is no answer.
Try again in ten minutes.
Thank you. Good-bye.
Good-bye.

17.1.3   Hello Ikerlan.
The England-department, please, Dr.Maina.
I'll connect you ...office of Dr. Maina.
Peter O'Connor from London (calling). Dr. Maina, please.
How do you do, Mr. O'Connor! Dr. Maina is expecting your call. I'll put you through.

Lesson 17

Sentence patterns

17.2.1 When a phone rings, you take the receiver and say your name. If you want, you can say:

Hello! instead of your name.

17.2.2 When you make a phone call, the answering party will say his or her name. You then say your name and, if necessary, the firm you represent:

Johnson.
Johnson wa General Electric.
Bakari wa Bank ya Tanzania.

17.2.3 If the answering party is not the person to whom you want to speak, you ask for that person:

Bwana Said Dahoma, tafadhali.
Bwana Bakari, tafadhali.
Naweza kusema na Bwana Maina, tafadhali?
Idara ya usafirishaji, tafadhali.
Wizara ya nje, tafadhali.
Nipatie sehemu ya Marekani, tafadhali.

17.2.4 Having asked for a certain person, you will receive one of the following answers:

Subiri kidogo. Nitakupatia.
Bwana Bakari ametoka kidogo.
Bwana Ahmed hajibu. Jaribu tena halafu.

Lesson 17

Sentence patterns (ctd.)

Bwana Tanaka anasubiri simu yako.
Nitakupatia.
Bwana Mhina hayuko. Unataka akupigie simu?

Bwana Bakari ana mgeni sasa hivi. Atakupigia simu halafu.
Bwana Bakari ana mgeni sasa. Atakuita baada ya robo saa.
Unataka akuite? / Unataka akupigie simu?
Nitakupatia. Namba gani, tafadhali?
Unamwitia jambo gani?
Bwana Dahoma hayuko. Nimpe ujumbe wako?

17.2.5 If the person to whom you want to talk is absent, you might say:

Mwambie tafadhali, kwamba Bakari nimepiga simu.

Unaweza kunipata kwenye hoteli ya Hilton.

Bwana Maina atakuweza kuniita mnamo saa moja hivi.

Namba yangu ni 478205.

17.2.6 You can answer a phone call simply by saying:

Naam?, or Halo? or Nani mwenzangu?

239

Lesson 17

The new words

17.

kupiga simu — to make a telephone call

17.1.1

shirika	company
ametoka	has gone out
kupiga tena	to call again
baada ya nusu saa	after half an hour
bila shaka	of course, no doubt
vyema	very well
nitamwarifu	I will tell him/her
atakaporudi	when he returns
ataitaraji	he will expect it
simu	telephone
atangojea	he will wait
niambie jina lako	tell me your name
atakapofika tu	as soon as he arrives

17.1.2

ngojea / subiri	wait
nitakupatia	I'll get it for you
huyu	this is
naweza?	can I?
kusema	to speak to
samahani	sorry
hakuna jawabu	there is no answer
jaribu	try
dakika	minutes

Lesson 17

New words (ctd)

17.1.3

idara	department
ofisi	office

17.2.3

usafirishaji	export
wizara ya nje	ministry of foreign affairs
nipatie	will you get for me
sehemu	section

17.2.4

hayuko	he is not there
hajibu	he does not answer
jaribu	try
anasubiri	he is waiting
mgeni	guest, visitor
atakupigia	he will call you
akuite?	should he call?
jambo	matter
nimpe?	should I give him/her?
ujumbe	message

17.2.5

kwenye	at
kumwita	to call him/her
mnamo	within

Lesson 17

Interactive tape exercises

17.3.1 (tape exercise) You are making phone calls to several persons, inviting them to a certain occasion. Use the suggestions of the tape:

Tape: (*Bwana Bakari- chajio*)
Student: *Halo! Naweza kusema na Bwana Bakari, tafadhali?*
Tape: *Halo! Naweza kusema na Bwana Bakari, tafadhali?*
Student: *Halo! Naweza kusema na Bwana Bakari, tafadhali?*

Tape: *Bakari anasema.*
Student: *Bwana Bakari, Nitapenda kukualika chajio.*
Tape: *Bwana Bakari, nitapenda kukualika chajio.*
Student: *Bwana Bakari, nitapenda kukualika chajio.*

Now it is your turn:

(Bi Halima - thieta) / Bwana Salim - chajio) / (Andrew-biya) / (Alfred- kinywaji)

Dialogue text lesson 18

LESSON 18
IN A RESTAURANT
Ordering meals in a restaurant in Nairobi, Dar es Salaam and Zanzibar... Talking to the waitress, asking to pay.

Good morning!
Would you like breakfast?
Coffee or tea?

"For me, coffee, for my wife, tea.
Besides that, we would also like
two large glasses of orange juice, and
twice fried eggs with bacon and toast

18.1.1

- *Karibuni. Mtapenda kifungua kinywa?*
- *Ndiyo, tafadhali.*
- *Kahawa au chai?*
- *Mimi kahawa na mke wangu chai. Pia tutapenda bilauri mbili kubwa za maji ya machungwa na mayai ya kukaanga mara mbili, pamoja na bakon na tosti.*
- *Utatozwa zaidi kwa maji ya machungwa, mayai na tosti.*
- *Hapana neno.*
- *Mnataka kitu kingine?*
- *Ahsante. Hivyo tu.*

18.1.2

- *Karibuni mabwana.*
  Nilete orodha?
- *Tafadhali.*
- *Mtayari kuagiza?*
- *Ndiyo. Nitapenda supu ya vitunguu, nyama ya kuchoma pamoja na chips na mbaazi.*
- *Mimi nataka supu ya samaki, biriani ya kuku na saladi.*
- *Mtapenda chakula kitamu?*
- *Hapana, ahsante. Kahawa tu. Tafadhali tuletee maji gilasi mbili.*

Welcome gentlemen!
May I bring you the menu?
Would you already like to order
...anything else?

Onion soup, roast beef,
with fried potatoes.

Fish soup, chicken biriani
and a mixed salad
and bring 2 beers, please.

Lesson 18

Dialogue text (ctd.)

18.1.3

Waiter, the bill, please!

Do you pay separately?

- *Muandalizi, bili tafadhali.*
- *Mnalipa mbalimbali?*
- *Hapana, tafadhali kila kitu kwenye hesabu yangu.*
- *Shilingi 8500/-.*

No, please everything on my bill!

8,500 shillings please.

18.1.4

- *Muandalizi, tutapenda kulipa, tafadhali.*
- *Dakika moja, tafadhali.*
  Nakuja...Mbalimbali au pamoja?
- *Tafadhali pamoja.*
- *18,950/-.*
- *Hizi. Zitazobaki zako.*
  (passes twenty thousand shilling bill)

Waitress, we'd like to pay, please.

One moment. I'll be right with you.. separately or together?

Please together.

9,500 shillings.

Here please, and keep the change.

Lesson 18

Dialogue translation

18.1.1 Good morning. Would you like breakfast?
Yes, please.
Coffee or tea? For me, coffee, for my wife, tea. Besides, we would like two large glasses of orange juice, and fried eggs with bacon and toast.
For the orange juice and the fried eggs you will be charged extra.
All right.
Would you like anything else?
Thank you, that's everything.

18.1.2 Good evening gentlemen! May I bring you the menu?
Please...
Would you already like to order?
Yes. I would like onion soup and roast beef with chips and peas.
For me, fish soup, and chicken biriani with a salad.
Would you like dessert?
No, thank you. Just coffee. And bring us two glasses of water, please.

18.1.3 Waiter, the bill please.
Do you pay separately?
No, please, everything on my bill.
18, 950/-.

18.1.4 Waitress, we would like to pay, please.
One moment, I'll be right with you...Separately or together?
Please together.
18,950/-.
Here, please, and keep the change.

Lesson 18

Sentence patterns

18.2.1 If you are satisfied with a continental breakfast, consisting of coffee or tea, a boiled egg, rolls and butter, you simply order.

Kifungua kinywa, tafadhali.
Kifungua kinywa kwa watu wawili.
Kifungua kinywa mardufu.

18.2.2 Being used to an English or an American breakfast, however, you might want to say:

Tafadhali kifungua kinywa cha Kiingereza, which will be understood in good international hotels. Otherwise you enumerate:

Gilasi la maji ya machungwa.
Magilasi mawili ya maji ya machungwa.
Gilasi la maji ya matufaha.
Magilasi mawili ya maji ya matufaha.
Gilasi kubwa la maziwa.
Kikombe cha kahawa.
Kahawa mbili.
Chakleti / kakao i moto.
Chakleti / kakao i moto mbili
Chai na limau.
Chai na limau, mbili.
Chupa moja ya maji ya kunywa.
Chupa mbili za maji ya kunywa.

Lesson 18

Sentence patterns (ctd.)

Mayai ya kukaanga, bekon na tosti.
Mayai ya kuvuruga, kuku na mbatata za kuchoma.
Corn flakes; mkate mweupe; mkate mwekundu magole; chapati; sausage
sahani ya jibini; sahani ya nyama ya nguruwe

18.2.3 One usually asks the waiter for the bill/check:

Hesabu, tafadhali.
Niletee hesabu, tafadhali.
Muandalizi, hesabu tafadhali.

Bimdogo, nataka kulipa.
Hesabu, tafadhali.
Hesabu!

18.2.4 Paying the bill, you might want the waiter or waitress to keep the change as a tip:

Haya, hizo zako.
Hizi pesa. Zitazobaki ni zako.

Lesson 18

The new words

18.1.1

agiza	order
chakula	meal
mkahawani	at a restaurant
karibuni	welcome
shikamoo	good morning/good evening (usually to older person)
Utapenda kifungua kinywa?	Would you like breakfast?
pia	also
bilauri / gilasi	glass
chai	tea
kahawa	coffee
maji ya machungwa	orange juice
mardufu	double
mayai ya kukaanga	fried eggs
bekon	bacon
tosti	toast
utatozwa zaidi	you will be charged extra
kitu kingine	anything else
vitu hivyo tu	that's all; only those

18.1.2

Nilete?	Shall I bring?
orodha	list, menu
m tayari	are you (pl.) ready
kuagiza	to order
supu ya vitunguu	onion soup
nyama ya kuchoma	roast meat

Lesson 18

The new words (ctd)

chips	chips
mbatata za kukaanga	fried potatoes
mbaazi	peas
samaki	fish
biriani	a rice dish
saladi	salad
kitu kitamu	dessert
tuletee	bring us

18.1.3

muandalizi	waiter, waitress
hesabu, bili	account, bill, check
mnalipa	you (pl.) pay
mbalimbali	separately

18.1.4

kulipa	to pay
dakika moja	one minute
nakuja	I'm coming
pamoja	together
zinazobaki	the remainder
zako	yours

18.2.2

Kiingereza	English
maji ya matufaha	apple juice
matufaha	apples
kubwa	large
chakleti / kakao imoto	hot chocolate

Lesson 18

New words (ctd.)

kikombe	cup
birika	pot, kettle
mayai ya kuvuruga	scrambled eggs
mkate mweupe	white bread
mkate mwekundu	brown bread
magoli	pancake
chapati	chapati bread
sosej	sausage
sahani	plate
jibini	cheese
nyama ya nguruwe	pork
nyama ya ng'ombe	beef
nyama ya kondoo	lamb
kuku	chicken

Lesson 18

Interactive tape exercises

18.3.1 (tape exercise) Now order a breakfast according to the suggestions of your English-speaking companion.

Tape: (scrambled eggs with bacon and fried potatoes)
Student: *Mayai ya kuvuruga pamoja na bekon na mbatata za kukaanga.*
Tape: *Mayai ya kuvuruga pamoja na bekon na mbatata za kukaanga.*
Student: *Mayai ya kuvuruga pamoja na bekon na mbatata za kukaanga.*

Now it is your turn to order:

(mayai ya kukaanga, bekon na tosti) / (gilasi la maji ya machungwa, kikombe cha kakao imoto, na corn flakes) / (chupa ya maji ya kunywa, sahani ya ham) / (magole ya mayai, tosti, chai na limau) / (birika la kahawa, mayai ya kuvuruga, mkate mweupe) / (mayai ya kukaanga bekon, tosti, kikombe cha kahawa) / (kifunguakinywa) / (kifungua kinywa cha Kiingereza)

Dialogue text lesson 19

LESSON 19 — VISITING/AT A DINNER TABLE

In a Swahili speaking home ...Eating and drinking ... Dinner conversation ... Thanking for the invitation.

Good evening, Mrs. Jenkins.
Good evening, Mr. Jenkins.
Please come in—
may I take your coats?

19.1.1

Shikamoo, Bwana Said.
- Marahaba, Bibi Jenkins. Shikamoo Bwana Jenkins.
- Tafadhali karibuni. Nikupokeeni makoti?
- Ahsante. Hapa mahali pazuri kuishi.
- Naam, pa kimya.

May I offer you something to drink?
Have you ever tried fruit spirits?

Fruit spirits?
No, not yet.

19.1.2

- Nikupatieni kinywaji?
Mmepata kuonja kinywaji cha passion fruit?
- Kinywaji cha passion? Hata; sijapata.
- Basi tunywe gilasi ya passion, tafadhali.
Mimi pia nitakunywa. Mke wangu yupo jikoni.
Atakuja sasa hivi. Kwa afya yenu!
- Afya yako, Bwana Said.

Then, let's have a glass of palm wine.

Please. I'll have one, too.

May I ask you to the table?

19.1.3

- Nakukaribisheni mezani?
- Ahsante.
- Utapenda sasa gilasi la mvinyo? Kuna mvinyo nyekundu na nyeupe.
- Nyekundu, tafadhali.
- Je na wewe pia nyekundu, Bibi Jenkins?

Lesson 19

Dialogue text (ctd.)

- Ahsante, lakini labda kwanza gilasi la maji ya matunda.
- Bwana Jenkins nakubarikia kwa safari yako ya Afrika Mashariki.
- Ahsante, bwana Said. Afya njema!

19.1.4

- Tafadhali...
- Ahsante...Tafadhali nipatie mchuzi.
- Bibi Jenkins.. nikupitishie wali?
- Ahsante. Chakula kizuri sana.

Thank you.... May I have the curry, please?

Please - Mrs. Jenkins, may I pass you the rice?

Thanks, the meal is excellent.

19.1.5

- Bwana Jenkins mvinyo zaidi.
- Haya, tafadhali.
- Bibi Jenkins mvinyo zaidi?
- Ahsante. Nahiari maji. Yanipasa niendeshe gari halafu.

Some more wine Mr. Jenkins?

Yes, please.

19.1.6 At a birthday party:

- Gilasi la champeni?
- Haya, kwa furaha.
- Bwana Maina, siku ya kuzaliwa ya furaha. Tunakupendea afya. Zawadi hii inatoka kwa wenzio, na mimi naitoa kwa niaba yao. Tunakutumainia kheri katika mustakbali wako.

Bwana, Maina, happy birthday to you! We drink to your health. On behalf of your colleagues I'd like to hand you this present. We wish you all the best for the future.

Lesson 19

Dialogue translation

19.1.1   Good evening, Mr.Said.
Good evening Mrs. Jenkins. Good evening, Mr.Jenkins.
Please come in.
May I take your coats?
Thank you.-This is a nice location to live!
Yes, it's a quiet location.

19.1.2   May I offer you something to drink? Have you ever tried passion fruit juice?-
No.
Never.
Then let's have a glass of passion fruit.
Please. I also will have one. My wife is in the kitchen now, she'll be here soon. To your health!
To your health Mr.Said.

19.1.3   May I ask you to the table?
Thank you.
Would you now like a glass of wine?
Here are red wine and white wine.
Red wine, please.
For you also red wine, Mrs. Jenkins?
Thank you, may be at first a glass of juice!
Mr. Jenkins, I am drinking to your East African tour.
Thank you, Mr. Said. To your health.

19.1.4   Please..
Thank you..may I please have the curry?
Please, Mrs. Jenkins..May I pass you the rice?
Thank you. The meal is excellent.

Lesson 19

Dialogue translation (ctd.)

19.1.5   Some more wine , Mr. Jenkins?
Yes, please.
Some more wine, Mrs. Jenkins?
Thanks, I would prefer water.
I'll have to drive later on!

19.1.6   For a glass of champagne too?
Yes, gladly.
Mr. Maina, happy birthday to you.
To your health. On behalf of your colleagues, I would like to hand you this present. We wish you all the best for the future.

Lesson 19

Sentence patterns

19.2.1 This is how guests are met at the door:

Uhali gani?. Karibu.
Mhali gani? Karibuni.
Nichukue makoti yenu?
Nikupokeeni makoti?
Tafadhalini vueni makoti.
Tunakusubirini.

19.2.2 The guests or guest are then offered a seat and something to drink:

Tafadhalini kaeni kitako. (to more than one)
Tafadhali kaa kitako. (to one)
Mtapenda kukaa kitako. (to more than one)
Utapenda kukaa kitako. (to one)

Mtapenda chakunywa?
Mtapenda kahawa?
Mtapenda konyagi?
Utapenda kinywaji gani?

Utapenda kikombe cha chai?
Utapenda gilasi ya mvinyo?
Utapenda kinywaji?
Utapenda kinywaji gani?
Utapenda kunywa sharbati?

Lesson 19

Sentence patterns (ctd.)

Utapenda kunywa shampeni?
Utapenda kunywa maji ya machungwa?

19.2.3 Drinking to someone or something, you lift your glass and say:

Kwa afya yako. (to one)
Kwa afya yenu. (to more)

Kunywa kwa afya.
Kunyweni kwa afya.

Kwa safari yako ya Afrika Mashariki.
Kwa kushirikiana nasi.
Kwa urafiki wetu.

Afya.
Bilafya.
Kwa afya yenu.

19.2.4 The guest is often asked by his host which one of two drinks he would prefer:

Utapenda dafu au sharbati?
Utapenda mvinyo au shampeni?
Utapenda maji ya machungwa au maji?
Utapenda brandy au konyagi?
Utapenda kahawa tupu au na maziwa?
Utapenda chai kavu au ya maziwa.

257

Lesson 19

Sentence patterns (ctd.)

19.2.5 Sitting at the dinner table, asking for a certain dish to be passed:

Tafadhali nipitishie mchuzi.
Tafadhali nipitishie mbatata/viazi.
Tafadhali nipitishie saladi.

Nipatie maziwa, tafadhali.
Nipatie sukari, tafadhali.
Nipatie krimu, tafadhali.
Nipatie chumvi, tafadhali.

Chumvi, tafadhali.
Pilipili, tafadhali.

19.2.6 Your host is offering you more of a certain dish or drink:

Nikuongeze sharbati, Bwana Miller?
Nikuongeze biya, Bwana Kraus?
Nikuongeze nyama, Peter.
Nikuongeze nyama ya kuchoma, Bwana Jenkins?
Nikuongeze wali?
Nikuongeze mchuzi?
Je nikutilie (nyama ya) stek?
Je kipande cha nyama?

Lesson 19

Sentence patterns (ctd.)

19.2.7 If you want more of the offered food or drink, you answer:

Haya, tafadhali.
Haya, nimeipenda sana

If you have had enough you say:

La, ahsante. Nimeshiba.

19.2.8 At a party a person is congratulated:

Pongezi kwa sikukuu ya kuzaliwa.
Nakutumainia kheri.
Furaha na baraka.
Nakubarikia kwa siku ya kuzaliwa.
Siku ya kuzaliwa ya furaha!

Lesson 19

The new words

19.

kula	to eat, eating
kunywa	to drink, drinking
kinywaji	a drink
sharbati	a sherbert drink
ziara	a visit
kuzuru	to visit, visiting
meza	table
mezani	at / to the table

19.1.1

makoti	coats
koti	coat
vua	take off (to one)
vueni	take off (to more than one)
Nikupokee koti?	May I take your coat?
Nikupokeeni makoti	May I take your coats?
nipe	give me (to one)
nipeni	give me (to more than one)
unakaa	you live
mahali	place
pakimya	quiet place
pazuri	beautiful place

Lesson 19

The new words (ctd.)

19.1.2

nikupatie?	shall I get for you?
Utapenda?	would you like?
chakunywa	something to drink
umepata	have you had
kuonja	to taste
pombe	spirit, beer,
matunda	fruit
kujaribu	to try
hapana kabisa	never
yuko	she is at
jikoni	kitchen
bilauri / gilasi	glass
afya	health

19.1.3

nakukaribisheni	I welcome you to
mezani	to the table
mvinyo	wine
nyekundu	red
nyeupe	white
kwanza	first
maji ya machungwa	orange juice
tunwye	let us drink
nakubarikia	I wish you luck
kwa	for
safari	journey
bilafya	with health

Lesson 19

New words (ctd.)

19.1.4

nikupitishie?	may I pass you?
wali	rice (cooked)
mchuzi	curry
chakula kizuri	the food is good

19.1.5

nahiari	I prefer
maji	water
halafu	later
yanipasa	I ought

19.1.6

shampeni	champagne
kwa furaha	happily
siku ya kuzaliwa	birthday
tunakutakia	we wish you
furaha	happiness

19.2.1

zawadi	present
naitoa	I present it
kwa niaba	on behalf
mustakbali	future

Lesson 19

The new words (ctd.)

karibuni	welcome
Mhali gani?	How are you? (pl.)
vueni	take off
nikupokeeni	may I take from you
tunakutaraji	we are expecting you

19.2.2

tafadhalini	please to more than one
kaaeni kitako	sit down (more than one)
kaa kitako	sit down (one person)
kinywaji	drink

19.2.3

kwa afya yako	for your health (to one)
kwa afya yenu	for your health (to more than one)

19.2.5

nipitishie	would you pass me
mchuzi	curry
mbatata / viazi	potatoes
saladi	salad
nipatie	would you get for me
maziwa	milk
sukari	sugar
krimu	cream
chumvi	salt
pilipili	pepper
nikuongeze	shall I get you more

Lesson 19

New words (ctd.)

19.2.6

nyama	meat
nyama ya kuchoma	grilled meat
Nikutilie?	Shall I serve you?
kipande	piece

19.2.7

nimeipenda	I like it
nimeshiba	I'm full

19.2.8

Pongezi / Hongera/ Mabruk	Congratulations
siku ya kuzaliwa	birthday
nakutumainia	I wish you
kheri / heri	well being
furaha	happiness
baraka	blessings

Lesson 19

Interactive tape exercises

19.3.1 (tape exercise) Respond according to each situation.

Tape: You want your guests to come in.
Student: *Tafadhalini, karibuni.*
Tape: *Tafadhalini karibuni.*
Student: *Tafadhalini karibuni.*

Now it is your turn to respond:

You want your guests to take off their coats / You ask if you can have their coats / You tell them that you have been waiting for them / You ask your guest to take a seat / You offer him or her something to drink / You offer your guest a cup of coffee / You offer a glass of sherbert / You make a toast to his health / You ask him if he would rather have a red or white wine / You offer him more meat / You offer him another steak / You offer him more beer / You drink to your mutual friendship.

19.3.2 (tape exercise) Your host offers you a drink. You politely refuse and ask for something different.

Tape: *Utapenda kunywa biya? (gilasi la maji)*
Student: *Ahsante. Nahiari maji ya kunywa.*
Tape: *Ahsante. Nahiari maji ya kunywa.*
Student: *Ahsante. Nahiari maji ya kunywa.*

Now it is your turn:

(mwaliko wa kinywaji (kikombe cha kahawa) / (mwaliko wa chai)(gilasi la maziwa) / (mwaliko wa biya) / (maji yamachungwa) / (mwaliko wa maji ya machungwa) / (maji ya tufaha) /(mwaliko wa kahawa) (kikombe cha chai).

Dialogue text lesson 20

LESSON 20	AT CUSTOMS / AT THE BANK
	Communicating with the East African-speaking customs office ... MoneyExchange... Credit card dealings.

Do you have anything to declare?

No, I have nothing to declare.

Open your suitcase, please

20.1.1 At the customs desk:

- Una cha kutozwa ushuru?
- Hapana. Sina cha ushuru.
- Tafadhali fungua sanduku.
- Kila kitu barabara?
- Eee, asante, la pili.

20.1.2 At the bank or money exchange:

- Nitapenda kubadilisha dola mia mbili kwa shilingi.
- Nenda kule kwenye sehemu ya pesa za kigeni.
- Ahsante.. Tafadhali dola 200 kwa shilingi.
- Dola za kimarekani au za kikanada?
- Dola za kimarekani.
- Dakika moja...shilingi ishirini na sita elfu. Unazitaka vipi?
- Tafadhali nipe elfu tanotano na elfu mojamoja.
  (clerk passes money)
- Ahsante. Kwa heri.

I'd like to exchange -$200 into shillings.

Over there at the foreign currency department

How would you like to have it?

Please, five thousands and one thousands...

I'd like to cash this traveler's check.

20.1.3

- Nitapenda kuvunja hii hundi ya safari.
- Tia sahihi hapa...na hapa. Ahsante.
- Utazipata pesa kwa mhazini.
- Ahsante.

Lesson 20

Dialogue text (ctd.)

20.1.4

- Naweza kupata pesa kwa kadi?
- Hebu, niione! Hii ni Master Card. Bahati mbaya si yetu.
Nenda kwa Savings Union.
Huko utapata pesa kwa kadi hii.
- Savings Union iko wapi?
- Unapotoka nje, jumba refu lililokukabili ndilo hilo.

Can I have a cash advance
on this credit card?

May I take a look...that's
a MasterCard; unfortunately
not with us. Go over to
SAVINGS UNION. You will get
cash there on this card.

Where is the SAVINGS UNION?

When going out, the high
Building diagonally opposite.

I would like a cash advance on the credit card.

Yes, all right, how much would you like?
20,000 shillings.

Do you have a piece of ID with you?

Only my U.S. Driver's license.

Thank you, that will do.
Please sign here.

20.1.5

- Nitapenda kupata pesa kwa kadi hii.
- Haya, vyema. Kiasi gani unataka?
- Shilingi elfu ishirini.
- Una kitambulisho?
- Layseni yangu ya Marekani ya gari tu.
- Ahsante, hiyo itafaa.
- Tafadhali, tia sahihi hapa.

Lesson 20

Dialogue translation

20.1.1 Do you have anything to declare.
No, I have nothing to declare.
Please open your suitcase.
Thank you.
Everything alright?
Yes, thank you. Next please.

20.1.2 I would like to exchange 200 dollars into shillings, please.
Over there, at our foreign currency section.
Thank you...Please shillings for $200.
U.S. dollars or Canadian?
U.S. dollars.
One moment.. that's 26,000/-. How do you like it it?
Please, five thousands and one thousands.
Thank you. Good-bye.

20.1.3 I would like to cash this traveler's check.
Please sign here...and here. Thank you.
You get the money at the cashier.
Thank you.

20.1.4 Can I have a cash advance on this credit card?
May I take a look?...This is a Master Card.
Unfortunately not with us. Go over to the Savings Union.
You will get cash there on this card.
Where is the Savings Union?
When you go out, the high building opposite you.

Lesson 20

Sentence patterns

20.2.1 The question of the customs officer: Una kitu cha ushuru? can be answered either by:

Hapana.
Sina kitu cha ushuru.
Hapana, sina.

or by:

Ninazo hizi sigireti tu za ushuru.
Nataka kuviainisha hivi vyombo vya johari.
Nataka kuiainisha hii pombe.

20.2.2 At the exchange counter of the airport or of the station, or at the bank you want to buy East African currency:

Tafadhali nipe shilingi kwa dola mia mbili.
Tafadhali nipe shilingi kwa dola mia nne za Kikanada.
Tafadhali nipe shilingi kwa libra za Kiaustralia.

Or you may say:

Tafadhali nivunjie dola 150 kwa shilingi.
Tafadhali nibadilishie dola 150 kwa shilingi.
Tafadhali nipatie shilingi kwa dola mia na khamsini.

Lesson 20

Dialogue Translation (ctd.)

20.1.5 I would like a cash advance.
Yes. How much do you like?
20,000 shillings.
Do you have a piece of I.D. with you.
Only my U.S. driver's license.
Thank you, that'll do. Please sign here.

Lesson 20

Sentence patterns (ctd.)

20.2.3 The cashier will probably want to know in what bills you want the money:

Tafadhali nazitaka kwa noti za elfu mia, elfu kumi na elfu moja.
Tafadhali kwa noti za elfu kumi, elfu tano na elfu moja.
Tafadhali kwa noti za elfu tano na elfu..
Tafadhali kwa noti za elfu moja na za mia..
Tafadhali kwa noti za mia, za kumi na sarafu.

20.2.4 The bank clerk may ask you for identification:

Naweza kuona kitambulisho chako?
Una kibali cha utambulisho?

Your answer can be:

Nina layseni ya dereva ya Marekani.
Nina layseni ya dereva ya Kanada tu.
Layseni yangu ya dereva itafaa?
Kadi yangu ya American Express itafaa?
Hii hapa paspoti yangu.
Bahati mbaya paspoti yangu iko hoteli.
Unataka kuona layseni yangu ya dereva? Itafaa?

Lesson 20

The new words

20.

forodha / kastam	customs

20.1.1

cha ushuru	something for duty
kuainisha	to declare
hapana kitu	there is nothing
sina kitu	I don't have anything
fungua	open
la pili	of the next
pili	next, second

20.1.2

dola	dollars
pesa / fedha	money
shilingi	shillings
senti	cents
peni	East African coin for different amount in cents
sarafu	coin
kubadilisha	to exchange
pesa / fedha za kigeni	foreign money
sehemu	section
dola za Kimarekani	American dollars
za Kikanada	*Canadian*
noti ya elfu mia	a hundred thousand (shilling) bill
noti ya elfu kumi	ten thousand bill

Lesson 20

New words (ctd.)

noti ya elfu	a thousand bill

20.1.3

hundi	check
hundi ya safari	traveler's check
hawala	money order
kuvunja	to cash
nipatie	will you get for me
tia sahihi	sign
sahihi	signature
kadi	card
watakupa	they will give you
utazipata	you will get it
mhazini	cashier
unapotoka	when you go out
nje	outside
lililo	which is
ndilo hilo	it is that one
taslimu	to pay cash
kiasi gani	how much

20.1.4

kutoa	to withdraw
kutia	to put in
bengi yetu	our bank

Lesson 20

New words (ctd.)

ukitoka	when you get out
jumba	building
refu	high, tall, long
mkabala	opposite
mkabala wako	opposite you
layseni yangu	my license
itafaa	it will do

20.1.5

kitambulisho	identification
layseni ya gari	driver's licence
ya Kimarekani	American
tia sahihi hapa	sign here

20.2.1

kuainisha	to declare
ninazo	I have it
sigireti	cigarettes
vito	jewels, precious stones
vyombo vya johari	jewelry
pombe, ulevi	liquor

20.2.2

pauni	pound (sterling)
Kiingereza	English
Kiaustralia	Australian
nipatie	will you get for me
nivunjie	will you cash for me

Lesson 20

New words (ctd.)

nibadilishie	will you change for me

20.2.3

noti za elfu	one thousand (shilling) bills
elfu tano	five thousand (shilling) bills
elfu kumi	ten thousand (shillings) bills
paspoti	passport
iko	it is at
hoteli	hotel
unataka kuona	do you want to see
hii hapa	here it is

20.2.4

kadi ya fedha	credit card
kadi ya mkopo	credit card
hebu nione	let me see

Lesson 20

Interactive tape exercises

20.3.1 (tape exercise) In a bank, you want to exchange foreign currency for shillings and cents.

Tape: (150 U.S. dollars - shillings)
Student: *Napenda kubadilisha dola mia na khamsini za Kimarekani kwa shilingi.*
Tape: *Napenda kubadilisha dola mia na khamsini za Kimarekani kwa shilingi.*
Student: *Napenda kubadilisha dola mia khamsini za Kimarekani kwa shilingi.*

Now it is your turn:

(300 Canadian dollars-shillings) / (120 English pounds-Kenya shillings) / (80 Canadian dollars-Tanzania shillings) / (250 Canadian dollars-Uganda shillings.

Dialogue text lesson 21

LESSON 21
IN THE HOTEL
You learn to order a room by phone, ask for the key, for the opening times of hotel facilities ... room service.

21.1.1
- *Viko vyumba vitupu?*
- *Unataka cha mtu mmoja au wawili?*
- *Cha watu wawili?*
- *Kwa usiku mmoja?*
- *Subiri...chumba namba 312 kitupu.*
- *Kiasi gani?*
- *Shilingi 30,000 pamoja na kifungua kinywa.*
- *Vizuri, tutakichukua.*
- *Nilipe sasa hivi?*
- *Unaweza kulipa kesho asubuhi.*

Are rooms available?

One moment, room 312 is free...

Would you like a single or a double?

21.1.2

- *Chumba cha mtu mmoja kwa usiku mmoja, tafadhali.*
- *Kwa bahati mbaya vyumba vyote vimechukuliwa leo.*
- *Unapajua mahali pengine ambako chumba kinaweza kupatikana?*
- *Weekend hii mbaya sana. Tuna maonyesho ya vitabu hapa Nairobi na tuna Bunge. Jaribu labda hoteli ya steshen. Kama hukubahatika huko, jaribu nje ya mji.*

A single for one night, please...

Unfortunately we are booked today...

Do you know some place else where a room could be available?

This weekend is very bad. We have a Fair here in Nairobi and Parliament. Try maybe -- the station hotel. If you have no luck there, try outside the city.

Lesson 21

Dialogue text (ctd.)

kr-kr- Intercontinental Nairobi:

Intercontinental Nairobi
I'd like to reserve a room

I'll reserve the room for the 28 and the 29 of March. We'll hold the room till 6p.m. on the 28

21.1.3

- *Nitapenda kufungisha chumba.*
- *Subiri. Nitakuunganisha...*
- *Mwandikishaji vyumba. Nikusaidieje?*
- *Nitapenda kufungisha chumba cha watu wawili kwa Al-khamisi, na Ijumaa wiki ijayo.*
- *Tafadhali kwa jina gani?*
- *Kwa Harris.*
- *Nitafungisha chumba kwa tarehe Machi 28 na 29. Tutazuia chumba tarehe 28 mpaka saa kumi na mbili. Je utapenda kitu kingine?*
- *Hapana ahsante sana.*
- *Tunakushukuru kwa simu yako.*

21.1.4

- *Chumba mia tano na ishirini, tafadhali.*
- *Huu. Pia kuna maagizo yako.*
- *Ahsante. Kifungua kinywa kinaandaliwa saa ngapi?*
  Saa moja. Kuanzia saa moja na kuendelea.
- *Ahsante. Usiku mwema. Lala unono.*

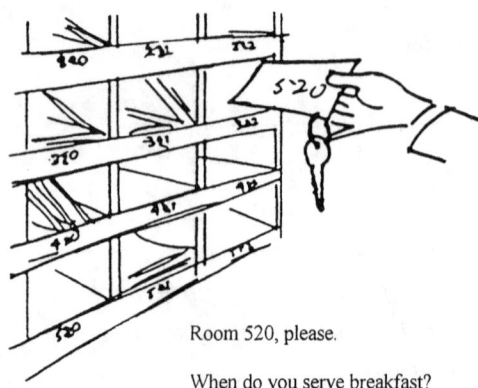

Room 520, please.

When do you serve breakfast?

Lesson 21

Dialogue text (ctd.)

Could you wake me up tomorrow morning at half past six?

Certainly, tell me your room number.

21.1.5
- *Utaweza kuniamsha kesho asubuhi saa kumi na mbili na nusu?*
- *Bila ya wasiwasi.*
- *Niambie namba ya chumba chako.*
- *Chumba 416.*
- *Chumba 416, saa kumi na mbili unusu.*
- *Utaamshwa.*
- *Asante*

Room service, may I help you?

Two beers to room 905 please. Very well.

21.1.6
- *kr-kr- Huduma za chumbani.*
- *Nikusaidie vipi?*
- *Chai mbili kwa chumba 905, tafadhali.*
- *Vyema.*
- *Ahsante.*

I'd like to have some clothes and shirts washed.

Put your laundry in front of your room door. Someone will get it.

When will the things be ready?

Tomorrow noon at twelve.

21.1.7
- *Nitapenda kufuliwa baadhi ya nguo na mashati.*
- *Chumba kipi?*
- *120*
- *Weka nguo za dobi nje ya mlango wako. Mtu atakuja kuzichukua.*
- *Lini zitakuwa tayari?*
- *Kesho mchana.*
- *Ahsante.*

Lesson 21

Dialogue text (ctd.)

21.1.8

- *Chumba cha kulia kiko wapi mahali hapa?*
- *Ngazi moja chini. Teremka kwa ngazi au lifti.*
- *Hufunguliwa kwa muda gani?*
- *Mpaka saa sita za usiku.*
- *Ahsante.*

Where is the bar in this place, please?
One staircase down. Take the stairs or the elevator.

Lesson 21

Dialogue translation

21.1.1   Are the rooms available?
Would you like a single or a double?
A double, please
For one night?
One moment...room 312 is free.
How much is the room?
30,000/-, including breakfast.
Good, we'll take that room. Shall I pay right away?
You can pay tomorrow morning.

21.1.2   A single for one night please.
Unfortunately we are fully booked today.
Do you know some place else where a room could be available?
This weekend is very bad. We have the Book Fair here in Nairobi and the government.
Try, may be, the station hotel. If you have no luck there, try outside the city.

21.1.3   Intercontinental ...Nairobi.
I would like to reserve a room.
One moment, I'll connect you...
Reservations, may I help you?
I would like to reserve a double for Thursday and Friday next week.
For what name, please?
For Harris.
I'll reserve the room for the 28th and 29th of March. We shall hold the room till 28th March 18 hours.
Is there any thing else you wish?
No, thank you very much.
We thank you for your call.

Lesson 21

Dialogue translation (ctd.)

21.1.4 Room 520
   There...Here is a message for you, too.
   Thank you. When does breakfast start being served?
   At seven o'clock. From seven o'clock on.
   Thank you. Good night.
   Sleep well.

21.1.5 Could you wake me up tomorrow morning at half past six?
   Certainly. Tell me your room number.
   Room 416.
   Room 416, half past six. You will be awakened.
   Many thanks.

21.1.6 ...room service, may I help you?
   Two teas to room 905, please.
   Very well.
   Thank you.

21.1.7 I'd like to have some clothes and shirts washed.
   What room?
   120.
   Put your laundry in front of the door of your room.
   Someone will collect it.
   When will the clothes be ready?
   Tomorrow noon.
   Thank you.

Lesson 21

Dialogue translation (ctd.)

21.1.8 Where is the dining room in this place?
Downstairs. Take the staircase or the elevator.
How long is the dining room open?
Till midnight.
Thank you.

Lesson 21

Sentence patterns

21.2.1 You enter a hotel and ask for a room:
Una chumba cha mtu mmoja?
Una chumba cha watu wawili?
Una chumba cha watu wawili kwa usiku mmoja?

Una chumba cha watu wawili kwa siku mbili?
Tafadhali, una chumba cha mtu mmoja kwa usiku mmoja?
Una chumba cha vitanda vitatu kwa usiku mmoja tafadhali?

21.2.2 If the hotel is booked up, you may say:

Wapi tunaweza kupata chumba?
Unapajua wapi tunaweza kupata chumba?
Hoteli gani inaweza kuwa na chumba?

21.2.3 You are reserving a hotel room by telephone:

Nitapenda kufungisha chumba.
Nitapenda kufungisha chumba kwa watu watatu kwa usiku mmoja.
Nitapenda kufungisha chumba cha watu wawili kwa siku mbili.

Nataka kufungisha chumba cha mtu mmoja kwa Jumatatu na Jumanne.
Nitapenda kufungisha chumba cha watu wawili chenye choo cha kuogea kwa Jumamosi.
Nitapenda kufungisha chumba cha watu wawili kwa Septemba kumi na tano na kumi na sita.

Lesson 21

Sentence patterns (ctd.)

21.2.4 This is how you ask for the key of your hotel room:

Tafadhali chumba mia nne na moja.
Mia nne na moja tafadhali./mia nne na moja.
Tafadhali chumba mia sita na ishirini na nne.
Tafadhali mia sita na ishirini na nne,/
Mia sita na ishirini na nne.

21.2.5 If you are expecting a letter or a message:

Una maagizo / ujumbe kwa chumba mia mbili na ishirini na tisa?
Una maagizo / ujumbe kwa chumba mia nane na saba?

21.2.6 You want to know when the meals in your hotel start to be served:

Saa ngapi kifungua kinywa huanza asubuhi?
Saa ngapi mtu huweza kula?
Saa ngapi mtu huweza kula cha chajio?
Saa ngapi chakula huandaliwa?

21.2.7 You also inquire when the hotel facilities are opening:

Chumba cha kulia hufunguliwa saa ngapi?
Mkahawa hufunguliwa saa ngapi?
Bar hufunguliwa saa ngapi?
Kafetiria hufunguliwa saa ngapi?
Bwawa hufunguliwa saa ngapi?
Hamam hufunguliwa saa ngapi?

Lesson 21

Sentence patterns (ctd.)

21.2.8 You might want to know till when the meals are served:

Kifungua kinywa huandaliwa mpaka saa ngapi?
Chamchana huandaliwa mpaka saa ngapi?
Chajio huandaliwa mpaka saa ngapi?

Kifungua kinywa mpaka saa ngapi?
Chamchana mpaka saa ngapi?
Chajio mpaka saa ngapi?

21.2.9 Now you inquire how long the hotel facilities are open:

Chumba cha kulia kitakuwa wazi kwa muda gani?
Mkahawa utakuwa wazi kwa muda gani?
Bar itakuwa wazi kwa muda gani?
Kafetiria itakuwa wazi kwa muda gani?
Bwawa litakuwa wazi kwa muda gani?
Hamam itakuwa wazi kwa muda gani?

21.2.10 Having asked for meal times and opening times, you will hear one of the following answers:

Hufunguliwa saa moja.
Kifungua kinywa huandaliwa saa moja.
Kifungua kinywa tangu saa moja mpaka tano.

Chamchana tangu saa sita mpaka tisa.
Chajio tangu saa kumi na mbili mpaka tano.

Lesson 21

Sentence patterns (ctd.)

Mkahawa hufunguliwa tangu saa sita mpaka jioni.
Bar / Papombe hufunguliwa saa moja za jioni.

Bwawa hufunguliwa saa mbili za asubuhi.
Hamam hufunguliwa saa nane za mchana.

Chumba cha kulia hufunguliwa mpaka kati ya usiku.
Bar hufunguliwa mpaka saa tisa za usiku.
Bar huwa wazi usiku kucha.

Hamam huwa wazi tangu saa nane za mchana mpaka saa nne za usiku.
Bar huwa wazi tangu saa mbili za jioni mpaka tisa za usiku.
Kwa bahati mbaya bwawa limefungwa.
Hamam hufungwa Jumapili.
Mkahawa wetu hufungwa Jumatatu.

21.2.11 Asking for a wake up call:

Naweza kesho asubuhi kuamshwa saa kumi na mbili na nusu?
Naweza kesho asubuhi kuamshwa saa kumi na mbili?

21.2.12 Now you call room service and ask for something to drink:

Kahawa mbili kwa chumba mia tisa na tano, tafadhali.
Gilasi ya maziwa kwa chumba mia na nane, tafadhali.
Chupa ya maji ya ndimu kwa chumba mia tano ishirini na tatu.
Chai mbili kwa chumba mia nne na tisa.

Lesson 21

Sentence patterns (ctd.)

21.2.13 You ask the hotel receptionist if you can have your laundry washed and your clothes cleaned:

Nataka kuacha nguo za dobi na mashati machache kufuliwa.
Nataka kuacha shati kufuliwa.
Nataka kuacha mashati matatu kufuliwa.
Nataka kuacha shati la hariri kufuliwa.

Nataka kuweka suti kwa fuokavu / dryclean.
Nataka kuweka suruali kwa fuokavu.
Nataka kuweka koti kwa fuokavu.
Nataka kuweka skati / teitei kwa fuokavu.
Nataka kuweka kanzu kwa fuokavu.
Nataka kuweka suti ya kike kwa fuokavu.

21.2.14 You want to know when you can have your things back:

Shati litakuwa tayari lini?
Suruali itakuwa tayari lini?
Skati / teitei itakuwa tayari lini?

21.2.15 You will be told where you should put your laundry:

Weka nguo za dobi mbele ya mlango wa chumbani kwako.
Weka suti chumbani kwenye kitanda / Iweke.
Viweke vitu chini chumbani.
Weka nguo za kufuliwa katika bafu / hodhi.

Lesson 21

Sentence patterns (ctd.)

Tia nguo za dobi katika mfuko wa plastik na uweke mbele ya mlango wa chumbani.

21.2.16 Finally, you ask for a certain hotel facility:

Tafadhali, mkahawa uko wapi hapa?
Chumba cha kulia kiko wapi?
Bwawa liko wapi?
Pwani iko wapi?
Hamam iko wapi?
Choo kiko wapi / Msalani wapi?
Simu iko wapi mahali hapa?

21.2.17 You are told where the facility is located:

Mkahawa uko ghorofa ya chini.
Chumba cha kulia kiko juu zaidi.
Bwawa liko chini ghorofa mbili zaidi.
Hamam iko ghorofa ya pili.
Choo kiko chini ghorofa mbili kutoka hapa.
Simu iko chini kabisa.

21.2.18 Staying in a hotel, you might have special problems or requests:

Samahani, nimepoteza funguo zangu.
Nimepoteza kifuko / kipochi changu cha pesa.
Nimepoteza mfuko wangu.
Nimepoteza miwani yangu.

Lesson 21

Sentence patterns (ctd.)

Sitaki kusumbuliwa.
Naweza kupata blangeti jingine? Kuna baridi chumbani.
Kitoajoto hakifanyi kazi.
Una kalamu ya wino?
Una karatasi na penseli?
Una televishen chumbani?
Televishen haifanyi kazi.

Lesson 21

The new words

21.1.1

chumba cha mtu mmoja	single room
chumba cha watu wawili	double room
usiku	night
siku	a day/days
viko	are there
vyumba vitupu	vacant rooms
kifungua kinywa	breakfast
subiri	wait
tutakichukua	will take it
nilipe?	shall I pay?

21.1.2

bahati mbaya	unfortunately
bahati	luck
mbaya	bad
hakuna	there are not
vimechukuliwa	have been taken
maonyesho	fair, exposition
bunge	parliament
hoteli ya steshen	the station hotel
nje ya mji	outside the city
kama hukubahatika	if you are not lucky
jaribu	try

Lesson 21

The new words (ctd.)

21.1.3

kufungisha	to reserve
nitakufungishia	I'll reserve for you
jina gani?	what name?
wiki ijayo	next week
tutazuia	we will hold
kitu kingine	anything else
tunakushukuru	we thank you
Al-khamisi	Thursday
Ijumaa	Friday
wikendi	weekend

21.1.4

maagizo / ujumbe	message
kuanzia	beginning from
kuandaliwa	to be served
huendelea	continues
usiku mwema	goodnight
lala unono	sleep soundly

21.1.5

kuamshwa	to be awoken
utaniamsha	will you wake me up?
hapana wasiwasi	certainly, no doubt
niambie	tell me

Lesson 21

The new words (ctd.)

21.1.6

nikusaidie	may I help you
vipi?	How?
Nikusaidie vipi?	How do I help you?
huduma za chumbani	room service
pwani	beach

21.1.7

nitapenda	I would like
nataka	I want
kufuliwa	to have ..washed
nguo za dobi	laundry clothes
shati	shirt
weka	leave
mlango wa chumbani	room door
atakuja	he will come
kuzichukua	to take them
zitakuwa tayari	they will be ready
tayari	ready
adhuhuri	noon
mchana	daytime

21.1.8

chumba	
cha kulia	dining room
papombe /bar	bar
ngazi	stairs

Lesson 21

New words (ctd.)

ghorofa	storey
chini	down
teremka	go down
lifti	elevator
hufunguliwa	is opened
muda gani?	how long?
usiku	at night

21.2.1

chumba	room
kitanda	bed

21.2.2

tukuzuilie	should hold it for you

21.2.3

usiku wa leo	tonight
choo cha kuogea	bathroom

21.2.6

kinaandaliwa	it is served

21.2.7

kafeteria	cafeteria
bwawa	swimming pool

Lesson 21

New words (ctd.)

hamam	sauna

21.2.8

chamchana / (chakula cha mchana)	lunch
chajio / (chakula cha jioni)	dinner
mpaka saa ngapi?	until what hour?

21.2.9

litakuwa wazi	will stay open

21.2.10

kifungua kinywa	breakfast
huanza	starts
mpaka	until
huwa wazi	is usually open
asubuhi	in the morning
alasiri	in the afternoon
jioni	in the evening
kati ya usiku	midnight
usiku kucha	the whole night
hufungwa	is usually closed
Jumapili	Sunday
Jumatatu	Monday

Lesson 21

The new words (ctd.)

21.2.12

maji ya ndimu	lime juice
dafu	coconut water

21.2.13

kuacha	to leave
shati la hariri	silk shirt
drayklin, fuokavu	dry-clean

21.2.14

suruali	trousers
teitei / skati	skirt
suti ya kike	lady's suit
suti ya kiume	man's suit
koti fupi	jacket
mbele ya mlango	in front of the door

21.2.15

mfuko wa plastik	plastic bag
weka	put
uuweke	and put it (bag)

21.2.16

choo / msalani	toilet
kiko wapi?	where is?

Lesson 21

The new words (ctd.)

21.2.17

juu zaidi	further up
ghorofa mbili chini	two floors down
ghorofa ya pili	the second floor

21.2.18

samahani	pardon
nimepoteza	I have lost
funguo	keys
kifuko cha pesa	wallet
mfuko	bag
mkoba wa mkononi	handbag
miwani	glasses
sitaki kusumbuliwa	I don't want to be disturbed
blangeti jingine	another blanket
kitoajoto	heater
panka	fan
hakifanyi kazi	doesn't work
baridi	cold
kalamu	ball pen
penseli	pencil
karatasi	piece of paper
televishen	television
kizungu	European

Lesson 21

Interactive tape exercises

21.3.1 (tape exercise) You are reserving hotel space by phone. Follow the suggestions of the tape.

> Tape: (*kesho - watu wawili*)
> Student: *Nataka kufungisha chumba cha watu wawili kwa kesho.*
> Tape: *Nataka kufungisha chumba cha watu wiwili kwa kesho.*
> Student: *Nataka kufungisha chumba cha watu wawili kwa kesho.*

Now it is your turn:

(*Ijumaa na Jumamosi usiku - watu watatu) / kwa Oktoba ishirini na moja - chumba cha watu wawili) / (Ijumaa - mtu mmoja) / (Jumatatu - chumba cha mtu mmoja) / kwa Machi mosi - watu wawili)*

21.3.2 (tape exercise) You ask from what time on certain hotel facilities are open. Try to understand the answers:

> Tape: (*chumba cha kulia*)
> Student: *Chumba cha kulia hufunguliwa saa ngapi?*
> Tape: *Chumba cha kulia hufunguliwa saa ngapi?*
> Student: *Chumba cha kulia hufunguliwa saa ngapi?*
> Tape: *Chumba cha kulia hufunguliwa saa saba za mchana.*

Now it is your turn to ask:

(mkahawa) / (hamam) / (bwawa) / (kafetiria) / (bar)

Lesson 21

Interactive tape exercises (ctd.)

21.3.3 (tape exercise) Now you ask till when these facilities will be open.

> Tape: *(Mkahawa / Hoteli)*
> Student: *Mkahawa u wazi mpaka lini?*
> Tape: *Mkahawa u wazi mpaka lini?*
> Student: *Mkahawa u wazi mpaka lini?*
> Tape: *Mkahawa u wazi mpaka saa nne za usiku.*

Now it is your turn to ask:

(bar) / (hamam) / (bwawa) / (chumba cha kulia) / (kafetiria)

21.3.4 (tape exercise) You call room service and give your orders.

> Tape: (*chupa ya maji baridi - 413*)
> Student: *Tafadhali niletee chupa ya maji ya baridi chumba 413.*
> Tape : *Tafadhali niletee chupa ya maji ya baridi chumba 413.*
> Student: *Tafadhali niletee chupa ya maji ya baridi chumba 413.*

Now it is your turn to order:

(kifungua kinywa- 231) / (vikombe viwili vya kahawa - 924) / (birika la chai-503) / (kifungua kinywa cha kizungu- 129)

Dialogue text Lesson 22

LESSON 22

MISCELLANEOUS
What to say in a barber shop, in a pharmacy, at the doctor's, in a photo shop... Sickness and medical help.

22.1.1 In a barber shop:

- *Kukata nywele na kunyoa, tafadhali.*
- *Unataka kukata vipi?*
- *Namna ileile ya kabla, tafadhali. Na si fupi sana. Mkato uleule wa kwanza*

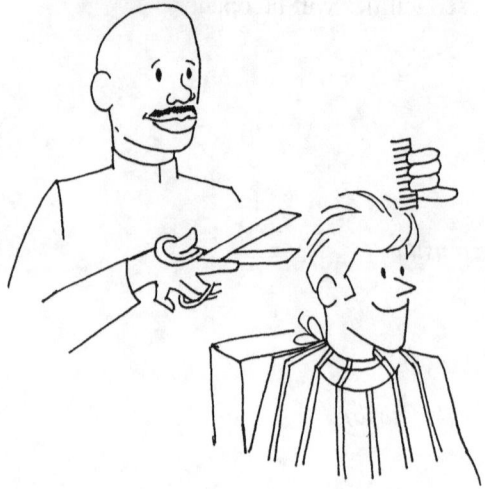

A haircut and a shave, please

How would you
like your haircut?

The same fashion as before, please,
and not too short.

22.1.2 In a pharmacy:

- *Naomba dawa ya kikohozi.*
- *Tuna vidonge na dawa ya kunywa.*
- *Utanisifia ipi?*
- *Chukua hii ya kunywa. Itakusaidia. Unakohoa sana?*
- *Usiku.*
- *Kama dawa hii haikukufaa, bora uonane na daktari akuandikie dawa nyingine.*

I'd like a cough cure.
What can you recommend?

We have pills and cough syrup.

Take this cough syrup. It should
help...is the cough bad?
At night it is bad.

If the cough syrup doesn't help,
You should consult
a doctor and get a prescription...

300

Lesson 22

Dialogue text (ctd.)

I have a sore throat and a cough...

Were you here before?
No not yet.
I'm on my way through

Do you have a health insurance certificate?

No, private please.

Please go into the waiting room, Mr. Harris. You will be called.

22.1.3 At the doctor's:

- *Naumwa na roho na nakohoa.*
- *Ulipata kufika hapa kabla?*
- *Sikupata. Mimi ni msafiri.*
- *Jina, tafadhali.*
- *Peter Harris.*
- *Anwani yako?*
- *Sanduku 4920, Calgary, Alberta, Canada.*
- *Una cheti cha bima ya afya?*
- *Sina. Nalipia mwenyewe.*
- *Tafadhali nenda sebuleni.*
  Utaitwa.

22.1.4 In a photo shop:

- *Utaweza kunisafishia hii filam?*
- *Ndiyo, bila ya wasiwasi. Utapenda pia nikutoleshee picha?*
- *Naam... Toa zilizo nzuri.*
  Zilo nzuri tu.
- *Unataka picha ukubwa gani?*
- *Ukubwa wetu ni saba kwa kumi.*
  Picha moja kwa shilingi mia saba na khamsini.
- *Vyema. Lini zitakuwa tayari?*
- *Kesho, baada ya saa kumi na moja za jioni.*
- *Ahsante. Kwaheri.*

Would you also like prints?

Yes, please.
Make prints of the good pictures.. Only the good ones.

How large would you like the prints?
Our standard size is 7 by 10 cm.
A print is 570 shillings.

Lesson 22

Dialogue translation

22.1.1 A haircut and shave please.
How would you like your hair cut?
The same fashion as before, please.
And not too short.

22.1.2 I would like a cough-cure.
We have cough lozenges and cough syrup.
What do you recommend for me?
Take this cough syrup, it should help.
Is the cough bad?
Yes at night.
If the cough syrup doesn't help, you should consult a doctor and get a prescription.

22.1.3 I have a sore throat and a cough.
Were you here before?
No, never before. I am on my way through.
Your name, please.
Peter Harris.
Your address.
Box 4920, Calgary, Alberta, Canada.
Do you have a health insurance certificate?
No, private please.
Please go into the waiting room, Mr. Harris.
You will be called.

22.1.4 Could you develop this film for me?
Yes, certainly. Would you also like prints?
Yes, please. Make prints of the good pictures.

Lesson 22

Dialogue translation (ctd.)

Only of the good ones, please.
How large would you like the prints? Our size is 7 by 10 (cm.). One print is 750 shillings.
Yes, all right. When will they be ready?
Tomorrow, after 5 o'clock in the afternoon.
Thank you. Good-bye.

Lesson 22

Sentence patterns

22.2.1 A male customer in a barber shop, will find the following expressions useful:

Nataka kunyoa, tafadhali.
Nataka kukata nywele, tafadhali.
Tafadhali nikate nywele.

Mkato huuhuu.
Usizikate sana.
Tafadhali, fupi.
Fupi kidogo tafadhali.

Ndiyo, nzuri.
Bado fupi zaidi, tafadhali.

22.2.2 A female customer in a beauty salon might say:

Nataka kuoshwa nywele, tafadhali.
Nataka kutengenezwa nywele na kutiwa mawimbi.
Nataka kunyoshwa nywele, tafadhali.
Nitie rangi nywele.
Rangi ya mwangaza.
Rangi ya kahawia giza.
Rangi nyeusi, tafadhali.

Lesson 22

Sentence patterns (ctd.)

22.2.3 You enter a drugstore or a pharmacy and ask:

Nataka dawa kwa kikohozi.
Nataka dawa kwa mafua.
Anchifu (tishu) za karatasi, tafadhali.
Peremende za kikohozi, tafadhali.
Plasta tafadhali, kibati chenye ukubwa (sayzi) tafauti.
Brashi ya meno, tafadhali.
Dawa ya kusugulia meno.
Esprin kwa maumivu ya kichwa, tafadhali.
Dawa ya usingizi, tafadhali.

22.2.4 The sales person in a pharmacy might recommend that you see a doctor:

Dawa hii inahitaji akuandikie daktari.
Nenda kwa daktari.
Dawa hii inahitajia karatasi ya daktari.
Nenda ukaonane naye.
Dawa hii isipokufaa, nenda kwa daktari.

Kuna daktari ghorofa ya kwanza. Nenda ukatake shauri yake.
Kuna daktari wa meno ghorofa ya pili.
Nenda ukatake shauri yake.
Ghorofa ya tatu kuna daktari maalumu. Nenda ukatake shauri yake.

Lesson 22

Sentence patterns (ctd.)

22.2.5 You might decide to see a doctor. To his receptionist you say:

Ninaumwa koo na ninakohoa.
Ninaumwa kichwa.
Ninaumwa sikio.
Nimejiumiza. Nimejikata.

Ninaumwa tumbo.
Tumbo linaniuma.
Ninaumwa mgongo.
Nadhani nina homa.

Ninaumwa jino.
Nina maumivu. Naumia.

22.2.6 You should understand what the doctor's receptionist says:

Umepata kuwa na sisi kabla?
Umepata kufika hapa kabla?
Una cheti cha bima ya afya?
Unaitwaje, tafadhali?

Lesson 22

Sentence patterns (ctd.)

22.2.7 If you want prints made from your film, or a film developed, you enter a photo shop and say:

>*Tafadhali nisafishie hii filam.*
>*Naweza kusafisha hii filam?*
>*Nataka kutolesha picha kwenye filam hii.*
>*Nini bei ya nakala moja?*
>*Picha zitakuwa tayari lini?*

Lesson 22

The new words

22.

mchanganyiko	miscellaneous
kinyozi	a barber

22.1.1

nywele	hair
kukata	to cut
kukata nywele	a hair cut, to cut hair
kunyoa	to shave
namna ileile	the same kind
hiihii	this same one
mkato	a style of cut
mkato uleule	that same style of cut
fupi	short

22.1.2

naomba	I ask, request
dawa	medicine
utibabu	cure
kikohozi	a cough
vidonge vya kukohoa	pills for a cough
dawa ya kunywa	liquid medicine, to drink
itakusaidia	will help you
unakohoa	do you cough
usiku	at night
kama haikukufaa	if it is not suitable for you
bora uonane na daktari	you better see a doctor
akuandikie	to prescribe for you, to write it for you

Lesson 22

The new words (ctd.)

mshauri	consult
shauri	advice
mtake shauri	ask him for advise

22.1.3

roho	throat
naumwa	hurts me
msafiri	traveller
mpitanjia	one who is passing through
jina	name
anwani	address
sanduku	box
cheti	certificate
cha bima	of insurance
ya afya	of health
nitalipia	I will pay for it
mwenyewe	myself
nenda	go (imperative)
sebuleni	waiting room, hall
utaitwa	you will be called

22.1.4

utaweza	you will be able
kunisafishia	to develop for me, to clean
filam	film
nikutoleshee	shall I print for you
picha	pictures
toa	produce, take out
zilizo	those which

Lesson 22

The new words (ctd.)

nzuri	good
ukubwa / sayz	size
nakala	copy
zitakuwa	they will be
tayari	ready
vyema	alright

22.2.1

usizikate	do not cut
fupi zaidi	shorter
still	yet

22.2.2

nitengeneze nywele	fix my hair
nitie mawimbi	perm it for me, put waves
tia rangi	put color, dye
nitie rangi	dye it for me
rangi ya mwangaza	light color
rangi	color
mwangaza	light
kahawia giza	dark brown
kahawia	brown, coffee color
giza	dark
nyeusi	black
kuosha nywele	to wash hair
nioshe	wash for me
nitie rangi kucha	color my nails
rangi ya kucha	nail varnish

Lesson 22

The new words (ctd.)

duka la madawa	drugstore, pharmacy
mafua	a cold

22.2.3

anchifu za karatasi	tissue
karatasi za mwezi	monthly paper, period
plasta / blasta	adhesive plaster
ukubwa tafauti	different sizes
brashi ya msuwaki	tooth brush
brashi	
ya meno	tooth brush
dawa ya meno	tooth paste
peremende	candies, sweets
kijaluba cha fast-ed	first aid kit
kijaluba	small basket,
maumivu	pain
kichwa	head
asprini	asprins
dawa ya usingizi	sleeping pills

22.2.4

akuandikie	to prescribe for you
mshauri	consultant
daktari wa meno	dentist
maalum	special
daktari maalum	specialist

22.2.5

naumwa kichwa	I have a headache

Lesson 22

New words (ctd.)

naumwa sikio	I have an earache
naumwa tumbo	I have a stomachache
naumwa mgongo	I have a backache
naumwa macho	my eyes hurt
naumwa jino	my tooth aches
kuumwa	to hurt
nina homa	I have a fever
nina mafua	I have a cold
nina kichwa	I have a headache
nimeumia	I got hurt
nimeumia mguu	I have hurt my leg
nimeumia mkono	I have hurt my arm
nafikiri	I think
nadhani	I believe
maumivu	aches, pain
nina maumivu	I have pain
kifuani	in the chest

22.2.6

mara nyingine	sometimes
mara nyingi	many times
ngoja, subiri	wait
nikupime	I'll take your measurements
nikuangalie	I'll examine you
nikutoe damu	I'll take some blood
nikupige sindano	I'll give you an injection
nikuchanje	I'll vaccinate you

Lesson 22

New words (ctd.)

22.2.7

nisafishie	develop for me, clean for me
nitolee	produce for me
tayari	ready
nitengenezee	fix for me

Interactive tape exercises

22.3.1 (Tape exercise) You are in a pharmacy in East Africa. Ask the pharmacist for medication and other items, according to the requirements of your English-speaking companion who does not know Swahili:

Pattern:

Tape: I need headache pills.
Student: *Una asprin kwa maumivu ya kichwa, tafadhali.*
Tape: *Una asprin kwa maumivu ya kichwa, tafadhali.*
Student: *Una asprin kwa maumivu ya kichwa, tafadhali.*

Now it is your turn:

I need headache pills / I need tissue paper / I need cough lozenges / I need toothpaste / I need a toothbrush / I need a first-aid kit / I need sleeping pills / I need band-aids / I need some nail polish

Dialogue lesson 23

LESSON 23	SAYING GOOD-BYE
	What to say in Swahili when parting from business friends and others ... At the airport, at the station ... A farewell ...

23.1.1

Mrs Bakari and Mr. Bakari,
thank you for the
invitation and the meal.

It was our pleasure
to have you here
as our guests. You
should visit us soon again.

I'm sure we shall meet again before we travel
back to Canada.
When will you leave?

Our plane leaves on
Friday next week. Mr. Bakari
see you at the office
tomorrow anyway...
Good-bye Mrs. Bakari,
and again many thanks.

Goodbye, Mr. Jenkins. Good-bye, Mrs. Jenkins,
see you soon.

- Bibi Muller na Bwana Muller ahsanteni sana kwa kutualika na kwa chakula. Nafikiri inatubidi tuondoke sasa.
- Tumefurahi kwa kuwa wageni wetu. Lazima mtutembelee tena kwa karibu.
- Na hakika tutaonana tena kabla ya kurejea kwetu Kanada.
- Mtaondoka lini?
- Ndege yetu inaondoka Ijumaa ijayo.
- Bwana Muller kwa vyovyote tutaonana ofisini kesho. Kwaheri, Bibi Muller, tena ahsante sana.
- Ahsante Bwana Jenkins kwaheri Bibi Jenkins.
- Tutaonana karibu.

Lesson 23

Dialogue text (ctd.)

Thanks for your kind consideration...
It was my pleasure!
Good-bye. Have a pleasant flight!

23.1.2 At the airport:

- Ahsante sana kwa kutuangalia!
- Ilikuwa furaha yangu.
- Ukija Marekani lazima utupigie simu. Una namba yetu ya Seattle.
- (Mwito wa mwisho kwa ndege ya Pan Ameican 411 inayopitia New York na Chicago kwendea Seattle).
- Lazima twende kwenye ndege sasa! Kwaheri.
- Kwaheri. Safari njema.

When you come to America, you must give us a call. Well, you have our phone number in Seattle!
We must go to the airplane now. Goodbye.

23.1.3 At the railway station

- Elizabeth ahsante kwa wakati mzuri tuliokuwa nao Nairobi.
- Utakuja kwenye utaa?
- Ndiyo, nakuja. Nataka kukupungia mkono.
- Nitembelee London. Nipigie simu kabla ya hujafika. Nitakupokea stesheni.
- Labda kiangazi kijacho.
- Kwaheri Gordon. Nisalimie dadako!
- Kwaheri Elizabeth. Nitakuandikia karibu.

Isabel, thank you for the nice time in Nairobi. Will you come to the platform?

Yes, I'll come along. I'd like to wave good-bye...

Pay me a visit in London. Call ahead of time, and I'll meet you at the station...

I thank you so much for every thing! At home I shall often remember your hospitality. I hope I'll be able to welcome you to my country soon. Farewell! Good-bye.

23.1.4 A short farewell to your Swahili friends:

- Nakushukuruni kwa kila kitu!
- Nitakapokuwa nyumbani nitakumbuka sana hisani yenu.
- Natumaini nitapata kukukaribisheni kwetu kwa karibu. Buriani na kwaheri.

315

Lessson 23

Dialogue translation

23.1.1 Mrs. Muller and / Mr.Muller, thank you for the invitation and for the meal! I think we must leave now.
It was a pleasure for us to have you here as guests. You should visit us soon again!
I'm sure we shall meet again before we travel back to Canada.
When do you leave?
Our plane leaves Friday next week. Mr. Muller,we'll see each other in the office tomorrow anyway.
Good-bye, Mrs. Muller, again many thanks!
Good-bye, Mr.Jenkins.Good-bye Mrs. Jenkins. See you soon.

23.1.2 Thank you for taking care of us like this.
It was my pleasure.
When you come to America, you must give us a call!
Well, you have our phone number in Seattle.
(Last call for Pan-American 411 via New York and Chicago to Seattle).
We must go to the airplane now! Good-bye.
Good-bye. Have a pleasant flight!

23.1.3 Elizabeth, thanks for the great time in Nairobi.
Will you come along on the platform?
Yes, I'm coming along. I'd like to wave good-bye. Pay me a visit in London. Call beforehand, then I'll meet you at the station.
May be next summer. Good-bye, Gordon. Give my regards to your sister!
Good-bye Elizabeth. I'll write soon.

23.1.4 I thank you so much for every thing! At home I shall often remember your hospitality. I hope that I'll be able to welcome you to our country soon.
Farewell.
Good-bye.

Lesson 23

Sentence patterns

23.2.1 After a dinner invitation you should take leave with the following words:

Ahsanteni kwa kutualika na kwa chakula.
Inatubidi sasa tuondoke.
Ahsante sana kwa karamu nzuri. Itanibidi niondoke sasa. Saa nyingi.
Saa nyingi. Naona bora tuondoke.
Tutapenda kuaga sasa.

23.2.2 Your host will answer:

Tumefurahi sana.
Tumefurahi sana kuwa wageni wetu.
Njooni mtutembelee tena kwa karibu.
Karibuni tena.

23.2.3 Saying-good-bye, you will be asked when you are planning to leave the city or the country.

Unaondoka lini?
Unakwenda lini nyumbani?
Unakwenda lini Marekani?
Je tutaonana tena kabla ya safari yako?
Utakwenda nyumbani karibu?
Utakwenda nyumbani?
Lini utaendelea na safari yako?

Lesson 23

Sentence patterns (ctd.)

23.2.4 You mention the time of your planned departure:

Ndege yangu inaondoka baada ya wiki.
Meli yangu inafika Mombasa tarehe May 20.
Kesho naondoka. Kesho nitaendelea na safari yangu.
Garimoshi langu litaondoka mapema kesho.
Basi langu litaondoka baada ya muda wa saa mbili na nusu.

23.2.5 You ask your Swahili-speaking friends to see you or to give you a call when they should come to your country:

Mkifika Marekani, tupigieni simu.
Msiache kututembelea mkifika Australia.
Tutembeleeni Kanada.

Mkija London, msiache kunipigia simu.
Mkija Australia, msiache kunitembelea.
Njoo unitembelee Kanada.

Mna anwani yenu?
Mna namba yenu ya simu?

Una anwani yako?
una namba yako ya simu.

Lesson 23

Sentence patterns (ctd.)

23.2.6 Finally, saying good-bye you might ask your friend to give your regards or greetings to a relative or an acquaintance:

Mpe salamu zangu mama watoto/ mkeo, Salamu nyingi mkeo / Mpe salamu zangu kakako / Salamu kakako. Wape salamu zangu wazazi wako / Salamu wazazi wako.

Salamu zangu kwa binti yako / Salamu zangu binti yako. Salamu zangu kwa mkuu/mkurugenzi wako / Salamu mkuu wako. Salamu kwa wafanya kazi wenzio. Nisalimie binti yako.

Lesson 23

The new words

23.

furaha	pleasure, happiness
ilikuwa furaha yetu	it was our pleasure
wageni	guests
karibu	soon
kututembelea	to visit us
nina hakika	I'm sure
kabla	before
tunarudi	we return
Mtaondoka lini?	When will you leave?
ndege	airplane
ofisini	at the office

23.1.2

ahsante kwa	thank you for
kutuangalia	for looking after us
namba ya simu	phone number
piga simu	call, telephone
nipigie simu	telephone me
tupigie simu	telephone us
mwito wa mwisho	the last call
tangazo la mwisho	the last announcement
kupitia	via
safari njema	pleasant trip

Lesson 23

New words (ctd.)

23.1.3

wakati mzuri	good time
tulio kuwa nao	which we had
utakuja	will you come
utaa	platform
kukupungia mkono	to wave to you
kupunga mkono	to wave
nitembelee	visit me
tutembelee	visit us
ili nije kukupokea	so that I may come to meet you
steshen	station
kiangazi	summer
kijacho	the coming
nisalimie	give my regards
dadako	your sister
nitakuandikia	I'll write to you

23.1.4

nakushukuru sana kwa	I thank you very much for
mliyonifanyia	what you have done for me
nyumbani	at home
nitakumbuka	I'll remember
hisani	hospitality
yenu	your
natumaini	I hope
kukukaribisheni	to welcome you (pl.)
kukaribisha	to welcome
nchini kwetu	in our country

Lesson 23

New words (ctd.)

safiri salama	travel safe
safari njema	have a good trip

23.2.1

ahsanteni kwa kunialika	thank you (pl.) for inviting me
ahsanteni kwa kutualika	thank you for inviting us
naona	I see that
lazima tuondoke	we must leave
lazima	must
tunakuageni	we say good-bye to you (pl.)
tunakuaga	we say good-bye to you (sg.)
tukuage	let us say good-bye to you (sg.)
tukuageni	let us say good-bye to you

23.2.2.

ilikuwa	it was
furaha	happiness
njooni	come (pl.)
njoo	come (sg.)
tena	again

23.2.3

Mnaondoka lini?	When do you (pl.) leave?
Unaondoka lini?	When do you (sg.) leave?
tunarejea	we go back
ninarejea	I go back
rejea / rudi	go back
tutaonana tena	we'll see each other again

Lesson 23

New words (ctd.)

23.2.4

mnamo wiki moja	in one week
fika	arrive
nitasafiria	I'll travel by
ndege	plane
nitasafiri	I'll travel
kesho mapema	early tomorrow
basi langu	my bus
linaondoka	leaves
ndege yangu	my plane
inaondoka	leaves
baada ya	after
saa mbili na nusu	2 1/2 hours

23.2.5

ukifika	when you get to
nipigie simu	phone me
lazima ututembelee	you must visit us
usiache	don't stop

23.2.6

nisalimie	give my regards to
mkuu wako	your boss
familia yako	your family
jamaa zako	your relatives
rafiki zako	your friends
wafanya kazi wenzako	your colleagues
watu wako	your people
ndugu zako	your siblings

Lesson 23

Interactive tape exercises

23.3.1 (tape exercise) Saying farewell to your friends in East Africa, you tell them they should call you up or visit you in your country.

>Alternate: *Kupiga simu na kutembeleana*
>
>Tape: (*Marekani - sisi*)
>Student: *Ukija Marekani usisahau kutupigia simu.*
>Tape: *Ukija Marekani usisahau kutupigia simu.*
>Student: *Ukija Marekani usisahau kutupigia simu.*

Now it is your turn:

(Kanada - mimi) / (San Francisco -sisi) / (New York -mimi) / (Toronto - sisi)

Dialogue text lesson 24

LESSON 24

THE MENU IN A SWAHILI RESTAURANT
A large selection of specialties from the East African coast and mainland cuisine ... TRY THEM!

24.1.1 First, you order: a cold drink, an appetizer, or a soup.

If you want to order a drink you ask for:

    Nitapenda kinywaji baridi, tafadhali.
    Maji ya kunywa, tafadhali.
    Maji ya dafu, tafadhali.
    Maji ya ndimu, tafadhali.
    Maji ya machungwa baridi, tafadhali.
    Maji ya nanasi, tafadhali.
    Maji ya muwa, tafadhali.
    Maji ya embe, tafadhali.
    Passion frutjuus, tafadhali.
    Sitaki kinywaji kikali.
    Sitaki ulevi.
    Sitaki biya.
    Sitaki pombe.
    mvinyo
    mvinyo nyekundu
    mvinyo nyeupe
    taska
    waragi
    shampeni
    wiski
    chupa ndogo
    chupa kubwa
    kahawa
    chai

Lesson 24

The menu list (ctd.)

>*chai baridi*

Now you order an appetizer:

>*Mshikaki mmoja, tafadhali.*
>*Kamba wa kukaanga, tafadhali.*
>*Ngisi wa kuchoma, tafadhali.*
>*Pweza wa kuchoma, tafadhali.*
>*Chaza sahani moja, tafadhali.*
>*Kaa sahani moja.*
>*Katlesi mbili, tafadhali.*
>*Sambusa nne, tafadhali.*
>*Bajia sahani moja na chatini, tafadhali.*
>*Mbatata na bajia sahani moja, tafadhali.*
>*Kachori sahani moja, tafadhali.*

You order a soup:

>*Adesi / borohoa, tafadhali.*
>*Supu ya mboga, tafadhali.*
>*Supu ya kuku, tafadhali.*
>*Supu ya vitunguu, tafadhali.*
>*Supu ya nyama, tafadhali.*

24.1.2 You order your main dish:

>*Sahani moja ya wali na mchuzi wa nyama, Wali na kuku wa kupaka, tafadhali.*

Lesson 24

The main dish (ctd.)

Samaki wa kukaanga na mbatata.

Dagaa na chapati, tafadhali.
Kuku wa kukaanga na mbatata.
Kuku wa kukaanga, kebeji na viazi.
Kuku wa kuchoma na saladi.
Biriani ya nyama sahani moja.
Biriani ya kuku sahani mbili.
Pilau ya nyama.
Pilau ya kuku.
Matoke na nyama.
Ugali kwa nyama.
Mseto kwa mchuzi wa nazi.
Nyama na sukumawiki.
Ugali na mchuzi wa samaki.
Mchuzi wa nyama ya mbuzi na chapati.
Mchuzi wa kuku na chapati.
Chapati mbili na samaki wa kukaanga.
Chapati ya maji / magole mawili na samaki.
Maandazi mawili na chai.
Mkate wa kumimina na chai.
Chila na chai.

24.1.3 Now you order dessert:

Karamel, tafadhali
Pudini ya mayai.
Trayfil

Lesson 24

The desserts (ctd)
Menu text (ctd.)

Keki
Faluda.
Tambi.
Kaimati.
Matunda.
Farni.
Vipopoo.
Ayskrim ya embe.
Malai
kashata za lozi.
kashata za mayai.
kashata za nazi.
kashata za njugu.
bakalawa.

Lesson 24

The new words - menu translation

24.

orodha ya vyakula	menu
mkahawa wa Kiswahili	Swahili restaurant
chakula cha kienyeji	local food
chakula cha kizungu	European food

24.1.1

mshikaki	skewed meat cubes, shishkebab
kamba	prawn
kambare	*catfish*
ngisi	squid, cuttlefish
pweza	octopus
kambamti/kambakoche	*lobster*
chaza	oysters
kaa	crab
dagaa	sardines
katlesi	cutlets
kababu	meatballs
sambusa	meat pastries
bajia za adesi	cakes made with lentils
bajia za kunde	cakes made with beans
chatini	chutney made out of coconut
kachori	potato balls
maandazi	sweet pastry like doughnut
mkate wa kumimina	rice bread made like cake
chila	rice pancakes
supu ya adesi	lentil soup
supu ya mboga	vegetable soup
supu ya vitunguu	onion soup
supu ya kuku	chicken soup

Lesson 24

The new words-menu translation (ctd.)

24.1.2

supu ya nyama	meat soup
nyama ya ng'ombe	beef
nyama ya kondoo	lamb
nyama ya mbuzi	goat meat
nyama ya nguruwe	pork
nyama ya ndama	veal
kuku	chicken
bata	duck
bata wa bukini	goose
bata mzinga	turkey
paa	deer
nyama ya kuchoma	roasted meat
kuku wa kukaanga	fried chicken
samaki wa kukaanga	fried fish
samaki wa kupaka	fish cooked with coconut
samaki wa changu	bream
chewa	cod fish
nguru	king fish
papa	shark
kuku wa kupaka	chicken cooked with coconut
mchuzi	curry
mchuzi wa nyama	meat curry
mchuzi wa kuku	chicken curry
mchuzi wa samaki	fish curry
stek	steak
wali	plain rice
wali wa nazi	rice cooked in coconut
wali wa adesi	rice mixed with lentils

Lesson 24

The new words - menu translation (ctd.)

mseto	rice mixed with green lentils
shelisheli	breadfruit
ndizi mbichi	green plantains cooked with coconut
pilau ya kuku	rice cooked with chicken and spices
pilau ya nyama	rice cooked with meat and spices
biriani	rice cooked with meat or chicken onions, spices and yogurt
mboga	vegetables
biringani	eggplant
bamia	lady's fingers
mchicha	spinach
uyoga	mushrooms
mbaazi	peas
kunde	beans
mhogo wa nazi	cassava cooked with coconut
mhogo wa kuchoma	roasted cassava
ndizi za kukaanga	fried plantain
chapati	chapati bread
ugali	made out of corn or cassava flour
saladi	salad

24.1.3

kitu kitamu	dessert
vitu vitamu	desserts
pudini ya mayai / karamel	caramel custard
keki	cake
faluda	like jelly
tambi	sweet vermicelli
kaimati	sweet balls

Lesson 24

The new words - menu translation (ctd.)

matunda	fruit
nanasi	pineapple
shokishoki	rambutan
vipopoo	small flour balls cooked in coconut milk
ayskrimu ya embe	mango icecream
ayskrimu ya papai	pawpaw icecream
kashata za lozi	almond kashata
kashata za nazi	coconut kashata
kashata za njugu	peanut kashata
kashata za mayai	egg kashata
keki ya jibini	cheese cake
keki ya viazi	sweet potato cake
kinywaji baridi	cold drink
maji ya kunywa	drinking water
soda	soda water
maji ya machungwa	orange juice
maji ya ndimu	lemonade
maji ya nanasi	pineapple juice
maji ya muwa	sugar cane juice
maji ya embe	mango juice
maji ya ukwaju	tamarind juice
maji ya bungo	bungo juice
passion frutjuus	passion fruit juice
dafu	coconut water
sitaki kinywaji kikali	I don't want a strong drink
ulevi	alcohol
biya	beer
pombe	beer / liquor
mvinyo	wine / liquor

Lesson 24

The new words - menu translation (ctd.)

mvinyo nyekundu	red wine
mvinyo nyeupe	white wine
taska	tusker beer
waragi	waragi, liquor
chupa ndogo	small bottle
chupa kubwa	large bottle
togwa	drink made out of millet
sharbati	sherbet

Lesson 24

Interactive tape exercise

24.3.1 (tape exercise) The waiter is about to take your orders. You ask him what he could recommend. Of the three dishes he names you order the last one:

Tape: *Unaagiza nini?*
Student: *Utanisifia nini?*
Tape: *Utanisifia nini?*
Student: *Utanisifia nini?*

Tape: *Mchuzi wa nyama, kuku wa kukaanga na samaki wa kupaka.*
Student: *Samaki wa kupaka, tafadhali.*
Tape: *Samaki wa kupaka tafadhali.*
Student: *Samaki wa kupaka, tafadhali.*

Now it is your turn to order:

supu ya mboga, chapati na mchuzi wa kababu / saladi, wali na kuku wa kupaka / saladi na biriani ya kuku / supu ya samaki na ndizi kwa nyama / supu ya vitunguu, samaki wa kukaanga na chips / saladi, pilau na maharagwe / saladi, wali na mchuzi wa nyama / nyama ya kuchoma, kebeji na mbaazi / saladi, ugali, mboga na mchuzi / supu ya nyanya, mseto na mchuzi wa nazi /
saladi, kuku wa kukaanga, viazi na mchicha /

Alphabetical Word Index
English-Swahili

A

a little 2.2.9 kidogo, -dogo
a lot 2.1.7 nyingi, -ingi
a thousand 12.1.1 elfu
a while 2.1.6 kitambo
acquaintances 5.1.2 masahibu
after 6.1.2 baada ya
afternoon 9.2.4 alasiri
again 8.2.5 tena
age 7.2.3 umri
agency 4.2.6 ajensy
airline company 4.2.6 shirika la ndege
airport 11.2.1 kiwanja cha ndege
alright 9.1.3 haya
also 2.1.4 pia
always 11.1.6 siku zote, daima
American 1.1.1 Mmarekani
among 2.2.3 katika
and 1.1.1 na
another person 3.0.0 mtu mwingine
appointment 9.1.4 miadi
Arabic 6.1.1 Kiarabu
architecture 5.3.2 ujenzi,
architect 5.3.2 mjenzi
around here 11.1.5 kwenye sehemu hii
ask 3.3.3 -uliza
aspirins 22.2.3 asprini
assistant 4.2.5 msaidizi
assortment 22.2.3 namna tofauti
at home 2.2.4 nyumbani
Austrian 4.2.5 Muostria
Austrians 4.2.5 Waostria
auto firm 4.1.2 shirika la gari/magari
automobile 4.1.2 gari, magari
available 12.1.1 huna kazi, patikana, vipo

B

back 11.1.3 nyuma
bacon 18.1.1 nyama ya nguruwe
bad 21.1.2 vibaya, mbaya, -baya
banana 24.1.5 ndizi
band 14.1.5 beni
bank 4.2.3 benki, bengi
bathroom 21.2.3 choo cha kuogea
bathtub 21.2 15 hodhi
bank employee 4.2.6 mtumishi wa benki
be back 9.1.1 nirudi, rudi
beans 24.1.1 kunde
beautiful 10.1.1 mzuri
become 6.2.4 kuwa
beds 13.1.2 vitanda
beef 24.1.2 nyama ya ng'ombe
beer 9.2.1 pombe, biya
before 14.1.4 kabla
best 11.1.4 bora zaidi
better 11.1.5 bora
bicycle 13.2.2 baiskeli
big 13.1.3 -kubwa
bill 12.2.3 noti
bill 18.1.3 bili
birthday 9.2.2 siku ya kuzaliwa
both 5.1.5 wote wawili
box 13.2.2 boksi
boy 5.2.1 mvulana, mtoto wa kiume
boyfriend 5.1.5 mchumba, rafiki wa kiume
bread 18.2.2 mkate
breakfast 18.1.1 chakula cha asubuhi, kifungua kinywa
briefcase 13.2.2 mkoba
brother 5.1.4 ndugu wa kiume
brown 14.2.8 kahawia
building 20.1.4 jumba, jengo
bus 11.1.2 basi
bus station 11.2.3 stesheni ya basi
bus stop 11.2.3 kituo cha basi
bus terminal 11.1.2 stesheni ya basi
business 1.1.1 biashara
businessperson 1.1.1 mfanya biashara
businesspersons 1.1.1 wafanya biashara
busy 2.2.6 -na kazi
but 9.1.4 lakini
butter 18.2.2 siagi
buy 16.1.4 kununua, -nunua
by car 12.1.3 kwa gari
by foot 12.1.3 kwa miguu
by railway 12.1.3 kwa garimoshi
by a person 2.2.1 na mtu

C

cake 24.1.5 keki
call 23.1.2 -ita, -itwa
called 5.2.2 anaitwa, -itwa
call again 16.1.4 piga tena
came 10.1.1 ni likuja, -likuja
camera 22.1.4 kamera
can 6.3.2 naweza, -weza
Canadian 1.1.1 Kanada, Mkanada
Canada 1.1.1 Kanada
car 11.2.4 gari, motokaa
card 13.2.4 kadi
cash 13.1.4 taslimu
cashier 20.1.3 mhazini
cat 14.2.3 paka
cathedral 11.2.1 kanisa
celebration 9.2.13 sherehe
center 11.2.3 kati
certified letter 15.2.2 barua ya kusahihishwa
chain 14.2.8 mkufu
champagne 19.1.6 shampeni
change 11.2.6 badilisha
check 13.2.3 hundi (n), angalia (v)
cheers 19.2.3 afya
cheese 18.2.2 jibini
Chemistry 6.2.3 kemia
chicken 18.2.2 kuku
child 2.1.7 mwana, mtoto
children 2.1.8 watoto
Chinese 4.1.3 China
Chinese person 4.1.3 Mchina
China 4.1.3 China, Uchina
cigarettes 20.2.1 sigireti, sigara
cinema 9.1.3 sinema
circus 9.2.0 sarkasi
city 3.1.6 mji
city center 11.2.3 kati ya mji
city tour 13.1.5 matembezi ya mjini
climate 10 hali/tabia ya hewa
clock 9.2.3 saa
close 10.1.1 karibu
closed 21.2.10 imefungwa, -funga
closest 11.1.2 cha karibu
clothes 21.1.7 nguo, mavazi
co-worker 4.2. 5 mfanyakazi mwenzangu
coat 14.2.1 koti
coconut 24.1.5 nazi
codfish 24.1.2 chewa
coffee 9.1.4 kahawa
colleagues 5.1.2 wafanyakazi wenzangu
college 5.1.5 chuokikuu
collect call 16.1.4 simu ya kulipa anayepelekewa
color 12.2.2 rangi
congratulations 19.2.8 hongera, pongezi, mabruk
come 3.1.1anatoka, -toka 5.1.4 kufika 9.1.4 njoo 9.1.5 atakuja
come from 3.1.1 anatoka
commitment 9.1.4 miadi
complete 12.2.2 kamili
condition 2.2.9 hali
connect you 16.1.4 nitakuunganisha
connecting 12.2.6 inayounganisha
conductor 11.1.4 utingo
connection 16.2.5 uunganisho
continue 11.2.2 endelea
contracts.9.1.5 mikataba
convertibles 13.1.2 viti vya kukunjua
copy 22.1.4 nakala
cough 22.1.2 kukohoa
cough syrup 22.1.2 dawa ya kikohozi
cost 13.1.5 kiasi
could not 5.1.4 hawakuweza
country 3.1.5 nchi
cows 7.1.1 ng'ombe
credit card 13.1.4 kadi ya mkopo

D

daily 14.1.1 kila siku
dance 9.2.2 kudansi (v) dansa (n.)
dark 14.2.8 giza
dark blue 14.2.9 buluu giza
date 9.1.5 tarehe
daughter 2.1.7 binti, mwana wa kike
day 2.2.1 siku
day time 9.2.2 mchana
declare 20.1.1 kuainisha, cha kutozwa ushuru, tangaza
dentist 22.2.4daktari wa meno
department 14.1.2 idara
destination 13.2.2 kikomo cha/mwisho wa safari
dessert 18.1.2 chakula kitamu
develop 21.1. 4 kusafisha filam, kutoa
dinner 9.1.2 chajio
dining room 21.1.8 chumba cha kulia
director 2.2.4 mkurugenzi
dirty 21.1.7 chafu
discuss 9.1.5 jadili, kupitia, kuzungumzia
distance call 16.2.1 simu ya mbali
do 1.1.1 -fanya
doctor 6.1.2 daktari
dollar 20.1.2 dola

dog 14.2.3 mbwa
door 21.1.7 mlango
double 18.2.1 mardufu
down 14.2.9 chini
dress 14.1.1 kanzu
drink 9.1.4 unywe, kunywa
driver 7.1.2 dereva
driver's license 20.1.5 laysen ya dereva

E

each 15.2.3 kila mmoja
East Africa 1.1.1 Afrika Mashariki
eat 9.2.0 kula
Economics 6.2.3 Uchumi
education 6 elimu
egg 18.1.1 yai, mayai
eight o'clock 9.1.2 saa mbili
eighteen 7 kumi na nane
eighty 7 themanini
elder brother 5.1.4 kaka
elevator 14.2.4 lift
employee 4.2.2 mfanyakazi
end 9.2.2 mwisho
engaged 5.1.4 ameposa, -posa, poswa
engineer 6.2.5 muhandisi, uhandisi
England 10.1.1 Uingereza
English 6.1.1 Kiingereza
Englishman. 1.1.1 Muingereza
enter 19.2.1 -ingia
entertainment 9.2.13 *burudani*
envelope 14.2.2 bahasha
equipment 13.2.2 vifaa
eraser 14.2.2 kifutio, raba
escalator 14.2.4 ngazi ya mtambo
especially 10.1.1 hasa
Europe 1.1.2 Ulaya
European 1.1.2 Mzungu
Europeans 1.1.2 Wazungu
evening 9.1.2 jioni
everything 18.1.1 kila kitu
exactly 12.2.2 kamili
excellent 19.1.4 nzuri mno
exchange 11.2.6 kubadilisha, kuvunja
excursion trips 11.2.6 safari za matembezi
excuse 11.1.5 samahani
expert 4.1.3 bingwa
express train 13.1.2 treni isiyosita
extra 13.1.1 ziada
eyeglasses 21.2.18 miwani

F

factory 7.2.10 kiwanda, viwanda

family 2.1.8 familia, aila, ahali
far 11.1.5 mbali
farewell 23 kuaga, buriani
farm 7.1.1 shamba
farmer 5.2.5 mkulima, wakulima
fast 11.1.5 upesi
father 2.1.7 baba
festivity 9.2.0 hafla
fever 22.2.5 homa
few 2.2.8 chache
fianceé 5.1.4 mchumba
fifteen 7 kumi na tano
fifty 7 khamsini
fill in/out 13.1.3 jaza
film 22.2.7 filam
fine 2.1.1 mzima
firm 4.1.2 shirika
first 2.2.3 kwanza
First class 13.1.1 Daraja ya kwanza
fish 24.1.2 samaki
five 7 tano
flan 24.1.5 pudin ya mayai
flies 14.2.3 nzi
flight 13.2.3 ndege
floor 13.2.4 ghorofa, sakafu
follow 11.1.1 fuata
food 14.2.3 chakula
foot 11.2.4 unyayo, nyayo, kwa miguu
for 1.1.1 kwa, kwa ajili
foreign 6.1.1 kigeni
foreigner 6.1.1 mgeni
forty 7 arbaini
fountain pen 14.2.2 kalamu ya wino
four 7 nne
fourteen 7 kumi na nne
France 4.2.5 Ufaransa
French 4.1.2 Kifaransa, Mfaransa
Frenchmen 4.1.2 Wafaransa
frequently 23.1.4 mara nyingi, mara kwa mara
Friday 9.2.2 Ijumaa
fried 18.1.1 kukaanga, -kaanga
fried eggs 12.1.1 mayai ya kukaanga
friend 4.2.5 rafiki
friendship 19.2.3 urafiki
from 3.1.1 kutoka
from here 16.1.2 kutoka hapa
from your hotel 16 kutoka hoteli yako
from your colleagues kutoka kwa wen
fruit 24.1.5 tunda, matunda
fruit drink 19.1.2 kinywaji cha matunda
full 21.1.2 imejaa, -jaa
fullday 13.1.5 kutwa

function 9.2.0 shughuli, kazi

G

garden 11.2.1 bustani
garlic 24.1.1 thomu
game parks 11.2.1 mbuga za wanyama
gentleman 5.2.3 bwana
German 4.2.2 Mjerumani
get off 12.1.2 teremka
giraffe 11.1.4 twiga
girlfriend 5.1.5 rafiki msichana
girls 5.1.5 wasichana, msichana, mabanati
give me 13.1.3 nipe
gladly 8.1.2 kwa furaha
gloves 14.2.1 vifuniko vya mikono, glavz
go 5.1.5 wanakwenda, kwenda, nenda
God be praised 2.2.10 Alhamdulillah
gold 14.2.9 dhahabu
gold chain 14.2.8 mkufu wa dhahabu
goods 1.1.1 bidhaa
good 2.1.5 nzuri, njema
good-bye 13.1.5 kwaheri
Good afternoon 2.1.2 msalkheri
Good morning 2.1.6 subalkheri, chechee, shikamoo
good time 13.1.5 wakati mzuri /mwema
got 10.1.1 nimepata, -pata
green 14.2.5 kijani, majani
greetings 2 maamkio, kuamkiana, salamu
ground floor 14.2.4 tabaka ya chini, chini
guest 23.1.1 mgeni, wageni

H

hair 22.1.1 nywele
half 10.2.13 nusu
half an hour 11.2.4 nusu saa
half past seven 9.1.3 saa moja na nusu
ham 18.2.2 hem, nyama ya nguruwe
handsome 19.1.1 mzuri, -zuri
happy, 2.1.2 nimefurahi, -furahi
happy birthday 19.1.6 siku ya kuzaliwa ya furaha
hat 14.2.1 kofia
have 2.1.7 nina, -na
have a good time 13.1.5 kuwa na wakati mzuri/mwema
have you been 10.1.1 umepata kwenda
have you tried 19.1.2 umepata kujaribu
he 3.2.9 yeye

he comes from 3.2.9 anatoka
head 22.2.3 kichwa
health 19.1.2 afya
heater 21.2.18 kitoajoto
help 7.1.2 anasaidia, -saidia (v), msaada (n)
her 9.1.3 yeye, -ake
here 3.1.5 hapa
high school 8.1.1 shule ya juu, ya upili, ya sekondari
home 2.1.8 nyumbani
hospital 11.2.1 hospitali
hospitality 23.1.4 ihsani, hisani
hot 8.2.2 joto (weather), ki moto (food)
hotel 9.2.13 hoteli
hotel room 9.2.13 chumba katika hoteli
hour 9.2.3 saa
house 9.1.2 nyumba
how 2.1.8 vipi?
How are they? 2.1.7 Hawajambo?
How are things? 2.1.7 Mambo yanakwendaje?
How are you? 2.1.7 U hali gani/Habari zako?
How do I get to. 11.2.1 Vipi naweza kufika..?
How do you all feel? 2.2.5 Mnajionaje?
How much? 12.2.2 kiasi gani?
How long? 12.1.4 Muda gani?
How old are you? 7.2.3 Una miaka mingapi?/Una umri gani?
hundred 12.1.2 mia
husband 2.1.7 bwana, mume, mabwana, waume

I

I am 1.1.1 mimi ni
I have 2.1.7 nina
I have cut myself 33.2.5 nimejikata
I have hurt myself 22.2.5 nimejiumiza
I hope 2.2.11 natumai/natumaini
I know 6.2.2 najua
I prefer 14.1.5 nahiari
I want 6.3.5 ninataka/nataka
ice 24 barafu
if 11.1.2 kama
important 3.3.5 muhimu
importer 1.1.2 msafirishaji bidhaa
in 18 katika
in a good hotel 11.1.6 katika hoteli nzuri
in front of 9.2.13 mbele ya
in love 5.1.5 wanapendana, -penda
Indian 4.2.5 Muhindi, Wahindi

India 4.2.5 Bara Hindi
industry 10.1.1 viwanda
information 11 taarifa, taaluma, habari
inquiring 6.2.1 -uliza
inside 13.1.3 ndani
intersection 11.1.2 njiapanda
introduce 1.1.1 kujijulisha -julisha
invitation 9.1.5 mualiko
invite 9.1.4 kualika, -alika
Italian 4.1.4 Mtaliana
it works 21.2.18 inafanya kazi

J

January 9.2.12 Januari
Japan 4.2.5 Mjapani. Wajapani, Ujapani
jewel 20.2.1 kito, johari, vito
job 5.2.4 kazi
journalist 1.1.2 mwandishi wa magazeti
journey 5.1.4 safari
judge 5.2.4 jaji, hakimu
juice 18.1.1 maji ya
July 9.2.12 Julai
June 9.2.12 Juni
just 9.2.12 tu
just fine 2.1.1 mzima tu

K

keep 18.1.4 weka
keep the change 18.1.4 baki zako
keep going 11.1.2 nenda, endelea
key 21.2.16 ufunguo, funguo
kind 6.2.5 namna
kitchen 19.1.2 jiko
know 5.2.9 sijui, najua, -jua

L

label 13.1.3 kitambulisho
labor union 4.2.6 chama cha wafanyakazi
lady 5.1.5 msichana, bibi, bibiye, kimwana
lamb 19.2.6 nyama ya kondoo
languages 6.1.1 lugha
large 13.1.3 -kubwa,
last 13.2.1 mwisho
later 1.2.1 halafu
lawyer 5.2.4 mwanasheria
leader 2.2.4 kiongozi
learn 6.1.1 anajifunza, -jifunza
leave 12.1.4 itaondoka, -ondoka

leaving 12.1.4 itaondoka, -ondoka
left 11.1.2 kushoto (n)
lemon 18.2.2 limau
length of time 10.2.13 muda
less 9.2.6 kasoro
let's go 12.1.1 twende, -enda
let us speak 8.2.3 basi tuseme
letter 15.1.2 barua
lettuce 24.1.1 letas
library 9.2.13 maktaba
light 11.1.1 taa
light blue 14.2.9 buluu ya mwangaza
like 1.1.1 nitapenda, -penda
like, as 22.1.1 kama
lion 14.2.3 simba
little 2.2 9 kidogo
live 7.1.1 anaishi, -ishi
lobster 24.1.1 kambamti, kambakoche, kamba
located 12.1.1 ipo mahali
long 2.1.6 mrefu, -refu
looks after 7.1.1 anatunza, -tunza
luck 21.1.2 bahati
luggage 12.1.1 mzigo, mizigo
lunch 9.1.1 chamchana

M

machinery expert 4.1.3 bingwa wa mitambo
machinery 4.1.3 mitambo
mail 15 posta, barua
main station 11.1.1. stesheni kuu
man 1.1.1 mtu, **men** watu
many 7.1.2 wengi, -ingi
map 11.2.6 ramani
March 9.2.12 Machi
married 5.1.4 ameoa (m), ameolewa (f)
me 1.1.1 mimi
meat 19.2.6 nyama
medicine 6.1.2 utibabu, dawa
meet 2.1.1 kuonana
meeting 23.2.1 mkutano
menu 24 orodha ya vyakula
message 21.1.4 maagizo, ujumbe
milk 18.2.2 maziwa
mine. 7.1.1 yangu, -angu
minutes 9.2.6 dakika
Monday 9.2.2 Jumatatu
money 11.2.6 pesa, fedha
month 9.2.11 mwezi, **months** miezi
more 11.1.4 haizidi, -zidi, ziada
morning 2.1.6 asubuhi
mosquito 14.2.3 mbu
mother 2.1.7 mama

mountain 13.2.5 mlima
movies 9.1.3 sinema
Mr. 2.1.1 bwana
Mrs. 2.1.2 mama, bibi
much 1.2.2 nyingi, -ingi
music 14.1.5 muziki, mazeka
my 1.1.1 yangu, -angu

N

name 1.1.1 jina
native 3.2.2 mwenyeji, -enyeji
near 7.1.1 karibu
nearby 11.1.2 ya karibu
necklace 14.2.9 kidani
necktie 14.2.5 tayi
news 1.1.1 habari
newspaper 4.1.1 gazeti
next 9.1.4 ijayo, ya pili
next week 9.1.5 wiki ijayo, juma lijalo
next year 6.1.2 mwaka ujao, mwakani
nice 10.1.1 nzuri
night 9.1.4 usiku
nine 7 tisa
nineteen 7 kumi na tisa
ninety 7 tisini
no 7.2.6 hapana
noon 9.2.2 mchana
normal 22.1.4 ya kawaida
north 10 kaskazini
Northern 10.1.1 ya kaskazini
nothing 2.1.1 hapana kitu
not that one 14.1.6 si ile, siyo
November 9.2.12 Novemba
not yet 10.1.1 bado
now 2.2.9 sasa
number 11.1.4 namba, nambari

O

October 9.2.12 Oktoba
octopus 24.1.1 pweza
of 2.2.1 wa, -a
of course 2.1.8 bila shaka
office 9.1.2 ofisini, ofisi
older sister 5.1.4 dada
omelet 18.2.2 kiwanda
on 1 juu ya
on foot 11.2.4 kwa miguu
on vacation 1.1.1 kwa/kwenye likizo
one 7 moja
one hundred 7 mia moja
one third 9.2.6 thuluthi
one thousand 7 elfu moja
onion 24.1.1 kitunguu, vitunguu

onion soup 18.1.2 supu ya vitunguu
only 2.2.3 tu
open 20.1.1 wazi (n) -fungua (v)
opinion 102.11 unaionaje, fikira
opposite 11.1.5 mkabala
orange 14.2.8 chungwa, machungwa
our 7.2.4 -etu
out of order 21.2.18 haifanyi kazi
outside 11.1.6 nje

P

pain 22.1.3 maumivu
pair 14.2.5 jozi
parents 2.1.8 wazazi
part 10.1.1 sehemu
party 9.2.0 karamu
passport 20.2.4 paspoti
pay 13.1.4 utalipa, -lipa
Peace be on you 2.2.1 Assalaamu
    `alaykum,
peaceful 2.1.8 salama
peacock 14.2.3 tausi
pearl 14.2.9 lulu
peas 18.1.2 mbaazi
pen 14.2.2 kalamu
pencil 14.2.2 penseli, kalamu ya risasi
people 2.1.8 watu
pepper 19.2.5 karatasi
perhaps 19.1.3 labda
person 3.1.4 mtu
pharmaceutical firm 4.2.6 shirika la
    madawa
pharmacist 5.1.3 mpima madawa
Physics 6.2.3 Fizikiya
photograph 5.1.4 picha
picture 5.1.4 picha
pieces 13.1.3 vipande
pineapple 24.1.5 nanasi
place 10.1.1 mahali
plastic 21.2.15 plastik
platform 12.1.4 platfom, ulingo
play 9.2.0 mchezo
please 11.1.2 tafadhali
pleasure 23.1.1 kwa furaha
pork 18.1.2 nyama ya nguruwe, pok
port 11.2.1 bandari
portion 18.2.2 sehemu
postcard 15.1.1 postkadi
potato 19.2.5 mbatata, viazi vya
    kizungu
pound sterling 20.2.2 pauni
practice 8.1.1 kujizoeza
prefer 14.1.5 hiari
prefer for you 14.1.3 nakupendelea

preferably 11.1.6 heri, bora
prescription 22.1.2 kuandikiwa karatasi ya dawa
present, gift 19.1.6 zawadi
price 14.1.3 bei
primary school 6.2.1 shule ya chini, primary
profession 5.1.3 kazi
professor 6.2.5 profesa, mwalimu
purchase 13 kununua
put 13.1.3 weka
put in 13.1.3 tia

Q

quarter 9.2.13 robo
questions 5.2.2 -je?, swali , maswali
quiet 19.1.1 kimya
quite short 22.2.1 fupi sana

R

rabbit 24.1.2 sungura
railroad 12.3.2 njia ya reli
rain 10.1.1 mvua
ready 14.1.4 tayari
real estate firm 4.2.6 shirika la ardhi/majumba
recommend 12.1.1 kunisifia
record 14.1.5 rikodi
red 14.2.5 nyekundu
regional 14.2.7 kienyeji
register 13.2.2 nikufungie, nikuandikishie, andikisha, -sajilisha
relative 2.1.8 jamaa
repeat 8.2.5 rudia
represents 4.1.2 wakilisha
representative 3.1.2 mjumbe
reserve 13,1.4 nikufungie, -fungia
resident 3.2.2 mkaazi
restaurant 9.1.5 mkahawa
retired 5.1.3 amestaafu, -staafu
return 9.1.2 nirudi, -rudi
rice 19.1.4 wali (cooked) mchele (uncooked)
right 11.1.1 mkono wa kulia **right away** sasa hivi
ring 14.1.6 pete
ringing 17.1.1 inalia
road 12.1.2 njia
roasted 18.1.2 ya kuchoma, kuoka
room 11.1.6 chumba
round tour 13.1.5 safari ya kwenda na kurudi
Russian (person) 4.2.5 Mrusi, Warusi

Russia Urusi

S

salad 19.2.5 saladi
salt 19.2.5 chumvi
same 13.1.3 hiyo hiyo, ile ile
sardine 24.1.2 dagaa
Saturday 9.2.2 Jumamosi/Ijumaamosi
sauce 19.1.4 mchuzi
sauna 21.2.7 hamam
say 6.2.2 kusema, -sema
school 5.1.5 skuli
seats 13.1.4 viti
second 11.1.1 ya pili
secretary 1.1.1 katibu
see 2.1.2 kuona
seen 2.1.6 hatukukuona, -ona
sell 11.1.5 tunauza, -uza
she was 5.1.4 alikuwa
shillings 12.1.1 shilingi
ship 23.2.4 meli
shirt 14.2.1 shati, mashati
short 14.2.9 fupi
shorts 14.2.9 kaptura, suruwali kipande/fupi
show 9.1.3 inaonyesha, -onyesha
shown 9.1.3 inaonyeshwa
shrimp 24.1.2 kamba
siblings 5.1.4 ndugu
side 14.2.9 upande
sightseeing 13.2.5 matembezi
sign 11.1.3 alama
sign here 20.1.3 tia sayn /sahihisha hapa
silk 21.2.13 hariri
silver 11.2.6 fedha
silver chain 14.2.8 mkufu wa fedha
since 2.2.8 tangu
sister 5.1.5 ndugu wa kike, dada
sit down 19.2.2 kaa/kaeni kitako
six 7 sita
sixteen 7 kumi na sita
sixty 7 sitini
size 22.1.4 kilingo
skirt 21.2.13 skati, teitei, tanuri
skis 2.2.2 skii
sleep 21.1.4 lala
sleeping cars 13.1.4 behewa lenye vitanda
sleeping pills 22.2.3 vidonge vya usingizi/kulalisha
slice 24.1.3 kipande
someone 1 mtu
son 5.1.1 mvulana, mwana

songs 14.1.5 nyimbo, uimbo
sorry 2.2.11 pole
soup 24.1.1 supu
Spanish people 4.2.3 Waspenish
speak 6.2.2 kusema, -sema
special delivery letter 15.2.2 barua ya ufikishaji maalum
spent (time) 8.1.1 tulipitisha, -pitisha (money) tulitumia, -tumia
sports 14.2.3 michezo ya riyadha
squid 24.1.1 ngisi
stairs 21.1.8 ngazi
state (condition) 10.1.1 hali
station 11.1.1 steshin
statue 14.2.3 sanamu, kinyago
status 3.1.5 cheo
stay 23.1.5 tunakaa,- kaa
stayed 10.1.1 nimekaa, -kaa
still 5.1.5 bado
stomach 22.2.5 tumbo
stone, rock 14.2.9 jiwe
stops 11.1.5 vituo
straight 11.1.1 moja a moja
strong 22.1.2 ya nguvu
strong drink 24.1.3 kinywaji kikali
student 5.2.4 mwanafunzi
students 5.2.7 wanafunzi
studies 5.2.4 anajifunza, -jifunza
sugar 19.2.5 sukari
suit 14.2.6 suti
suitcase 13.1.3 sanduku, masanduku
summer 23.1.3 kiangazi
sun 10.1.1 jua
Sunday 9,2.2 Jumapili
sunshine 10.1.1 mwangaza/mwanga wa jua
surcharge 13.1.1 ziada
surface mail 15.1.3 kwa meli/marikebu
Swahili. 1.1.1 Mswahili
swimming pool 21.2.7 bwawa
Swiss persons 4.1.5 Waswiss
syrup 22.1.2 shira

T

table 19.1.3 mezani, meza
tags 13.1.3 vikaratasi vya utambulisho
take 9.1.3 nikuchukue, -chukua
Tanzania 1.1.1 Tanzania, Mtanzania
taxi 11.1.2 gari la teksi
taxi driver 7.1.2.dereva wa teksi
taxi stand 11.1.2 kituo cha basi
tea 9.2.0 chai
teacher 6.2.5 mwalimu

teacup 18.2.2 kikombe cha chai
tea pot 18.2.2 birika la chai
technician 4.2.3 fundi
teeth 22.2.3 meno, jino
telegram 15.1.4 simu ya kuandika
telephone 11.2.1 simu
telephone booth 16.1.1 kibanda cha simu
television 21.2.18 televishan, kiona mbali
tell 17.2.5 -ambia
tell me 16.2.3 niambie
tell him/her 17.2.5 mwambie
ten 7 kumi
ten thousand 7 elfu kumi
Thank you 2.1.2 Ahsante/Asante
Thank you very much 9.1.2 Ahsante sana
that 3.1.6 huyo (animate), -o
the day after tomorrow 9.1.3 kesho kutwa
theater 9.2.0 thieta
then 8.1.1 basi
there 6.1.1 huko,
there are 3.2.3 kuna
these 4.1.5 hawa
they 2.1.7 wa
they are 4.1.2 wao ni
thin 14.2.9 nyepesi, -embamba, -epesi
thing 14.1.1 kitu, vitu
think 7.1.2 nafikiri, -fikiri
third 7 ya tatu
thirty 7.1.1 thelathini, thalathini
thirteen 7 kumi na tau
this person 3.1.4 huyu, mtu huyu
this one 9.2.2 hii
those people 4.1.5 wale
thousand 7 elfu
three 7 tatu
three o'clock 9.2.4 saa tisa
throat 22.1.3 roho
Thursday 9.1.5 Al-khamisi/alhamisi
tickets 11.1.5 tikti
time 5.1.4 wakati
tissue paper 22.2.3 anchifu za karatasi
to accept 9.2.9 kukubali
to eat 9.1.1 kula
to introduce you 1.1.1 kukujulisha
to help me 21.1.2 kunisaidia
to meet with you 2.1.1.kuonana nawe
to show me 11.2.6 kunionyesha
to you 4.1.1 na wewe
to a person 1.2.1 kwa mtu
to the town 3.1.1 mjini
to visit us 23.1.1 kututembelea

to your health 19.1.2 kwa afya yako/yenu
today 9.2.8 leo
tomato 24.1.1 tungule, nyanya
tomorrow 9.1.3 kesho
tomorrow morning 9.2.13 kesho asubuhi
tonight 9.1.4 leo usiku
tooth 22.2.3 jino
toothbrush 22.2.3 brashi ya meno
toothpaste 22.2.3 dawa ya meno
tour 13.1.5 safari ya kutalii, utalii
tourism 11.1.5 utalii
tourist 13.1.5 mtalii, **tourists** watalii
total 12.1.1 jumla
town 3.1.5 mji
toys 14.2.3 michezo
train 12.1.4 treni, gari moshi
travel (v) 10.2.9 utasafiri, -safiri, (n) safari
traveler's checks 13.2.4 hundi za safari
trip 5.1.4 safarini
Tuesday 9.2.2 Jumanne/Jumaane
turn (n) 1.2.1 zamu (v) -geuka
twelve 7 kumi na mbili
twenty 7 ishirini
twenty five 9.1.4 ishirini na tano
two 7 mbili
two months ago 10.2.5 miezi miwili iliyopita
two years ago 10.2.5 miaka miwili iliyopita

U

unfortunately 9.1.4 bahati mbaya
union 4.2.6 chama, shirika
unique 9.1.4 ya pekee
university 5.1.5 chuokikuu
until 11.1.1 mpaka
urban 11.2.3 mjini
urgent 15.2.2 ya haraka, muhimu
use 14.1.1 -tumia

V

vacant 11.1.6 kitupu, -tupu
vacation. 1.1.1 likizo
vehicle 11.2.4 gari
very 11.2.5 sana
very quickly 11.2.5 upesi sana
very well 11.2.5 vizuri sana, vyema
visit 17.2.4 kutembelea
visit us 23.2.5 kututembelea
visitor 11.1.4 mgeni
visitors 11.1.4 wageni

W

waist 14.1.4 kiunoni
wait 19.1.1 subiri, ngoja, ngojea
walk 9.2.2 kutembea kwa miguu
wants 6.1.1 anataka, -taka
was 5.1.4 -likuwa
watch 9.2.3 saa (n), angalia, tazama (v)
way 5.2.6 njia
we 13.1.5 sisi, tu-
we have 20.1.4 tuna
we have good health 2.1.5 sisi wazima
we haven't seen one another 2.1.5 hatukuonana
we have a large selection 14.1.5 tuna namna nyingi
we want 19.1.6 tunataka
we will see each other 23.1.1 tutaonana
weather 10.1.1 hali ya hewa
Wednesday 9.2.2 Jumatano
weekend 12.1.2 weekend, mwishojuma
week 10.1.1 juma, majuma, wiki
well 2.1.2 mzima, vizuri
west 9.1.3 magharibi
what 3.1.6 gani (after a noun) 2.2.8 nini (after a verb), unasemaje (as a suffix)
What day? 9.2.11 Siku gani?
What time? 9.1.1 Saa ngapi?
When? 9.1.3 lini?, **when** -po-(relative pronoun)
Where? 7.1.1 Wapi?
Which? 3.1.5 gani?, -pi
white 18.2.2 nyeupe, -eupe
Who? 3.1.5 Nani?
wife 5.1.1 mke
wine 9.2.1 mvinyo
wish 13.2.2 napenda
wish you 13.2.2 nakupendelea
with 7.1.1 lenye, 9.1.4 na
with pleasure 9.1.1 kwa furaha
wolf 14.2.3 bweha
woman 2.2.4 mwanamke, wanawake
word 15.1.4 neno, maneno
work 1.1.1 kazi
worker 4.2.2 mtumishi
world 3.1.1 ulimwengu, dunia
Would you like…? 19.1.2 Utapenda?
wristwatch 9.3.6 saa ya mkono
writing paper 14.2.2 karatasi ya kuandikia
wrong 14.2.9 siyo, kosa

Y

year 6.1.1 mwaka
yellow 14.2.9 manjano
Yes 3.1.4 Ndiyo, Naam
yesterday 10.2.5 jana
you 2.1.2 wewe, u-
you say 1.2.2 unasema
you will learn 1.2.1 utajifunza

young 5.1.4 mdogo, -dogo
younger brother 5.1.4 ndugu wa kiume
your 1.1.1 zako, -ako

Z

zebra 14.2.3 punda milia
zero 9.2.7 sufuri, zero
zoo 11.2.1 bustani ya wanyama

Alphabetical Word Index
Swahili-English

A

adesi 24.1.1 lentils
afya 19.1.2 health
agiza 18.1.2 order
Agosti 9.2.12 August
ahali 2.1.8 family
ahsante 2.1.2 thank you (to sg.)
ahsanteni 2.1.2 thank you (to pl.)
aila 2.1.8 family
ajency/ajenti 4.2.6 agent
ajili 13.1.5 for, because
-ake 3.1.5 his/her
-ako 1.1.1 your
akuandikie 22.1.2 to write for you
akuite 17.2.4 to call you
akupigie 17.2.4 to call/telephone you
ala 14.1.5 musical instruments
alama 11.1.3 sign, units
amefika 10.2.13 arrived, have been
alasiri 9.2.4 afternoon
alaykum 2.2.1 on you
alHamdulillah 2.2.10 praise to God
alhamisi 9.1.4 Thursday
alifika 10.2.13 he arrived
aliionaje 10.2.13 how did he/she find
alijifunza 8.2.4 he studied
alika 9.1.2 invite
alikuja 10.2.13 he came
alikuwa 5.1.4 she was
alipokuwa 8.3.2 when he was
alkhamisi 9.1.5 Thursday
ambako 21.1.2 the place where
ambaye 8.3.1 who is
ameoa 5.1.4 he is married
ameolewa 5.1.4 she is married
ameposa 5.1.4 he has proposed to marry
ameposwa 5.1.4 she is proposed to be married
ameshakaa 10..2.13 he has been here, has stayed
amestaafu 5.1.2 he has retired
ametoka 17.1.1 he has gone out
ana 3.3.5 he has
anafanya kazi 3.2.9 he works
anafanya 3.2.9 he does
anahudhuria 6.2.1 he attends
anaiona 10.2.3 he sees it to be
anaipenda 7.1.2 he likes it

anaishi 7.1.1 he lives
anaisoma 16.1.2 he reads it
anaitwa 5.1.5 he is called
anaitwaje? 5.1.5 what is he called?
anajifunza 5.2.4 he studies
anajua 6.1.2 he knows
anakipenda 7.3.5 she likes it
anakwenda 6.2.1 he goes
analipenda 7.3.5 he likes it
anamwita 7.3.5 he calls him
anampenda 5. 2.9 she likes a person
anaongea 8.2.1 speaks, converses
anapenda 5.1.5 he likes/loves
anapima 15.1.2 he weighs
anasafiri 6.1.2 he travels
anasaidia 7.1.2 he helps
anasema 8.2.2 he speaks
anasoma 6.1.2 he reads, studies
anasomea 6.1.2 he reads for, studies
anasubiri 17..2.4 he is waiting
anataka 6.1.1 he wants
anataraji 17.1.3 he is expecting
anatoa 15.1.2 he takes out
anatoka 1. 1.1. he comes from
anatunza 17.1.1 she looks after
anaweza 6.2.2. he is able
anayapenda 7.3.5 he likes them
anayejibu 16.2.5 who answers
anayepelekewa 16.1.4 the one to whom it is sent
anchifu 22.2.3 handkerchief
Aprili 9.2.12 April
andazi 24.1.2 pastry
-angu 1.1.1 my, mine
-ao 3.3.5 their
arbaini 7.1.1 forty
ardhi 4.2.6 land
asante 2.1.3 thank you
asprini 22.2.3 asprins
assalaamu 2.2.1 the peace
asubuhi 9.2.7 morning
ataitaraji 17.1.1 he will expect it
atakapofika 17.1.1 when he arrives
atakaporudi 17.1.1 when he returns
atakuita 17.2.4 he will call you
atakuja 19.1.2 he will come
atakupigia 17.2.4 he will telephone you

atangojea 17.1.1 he will wait
atapenda 6.1.2 he would like
atarejea 10.3.5 he will return
atarudi 10.2.13 he will retun
atasafiri 10.3.5 he will travel
ataweza 17.2.5 he will be able
ayskrimu 24.1.3 ice cream

B

baada 6.1.2 after
baadaye 6.1.1 afterwards
baadhi 12.1.1 some
babake 5.3.2 his/her father
babako 5.1.3 your father
badilisha 12.2.6 change
bado 5.1.5 not yet
bafu1 1.2.16 bath tub
bahasha 14.2.2 envelope
bahati 5.2.1 luck
baiskeli 13.2.2 bicycle
bajia 24.1.1 cakes made of lentils or beans
bakalawa 24.1.3 pastry
baki 12.1.1 remaining
bakon 18.1.1 bacon
bali 4.1.5 but
bamia 24.1.2 lady's fingers
bandari 11.2.1 port
bangili 14.2.8 bangles
banki 3.1.1 bank
bar 21.2.7 bar
barabara 20.1.1 avenue
baridi 21.2.8 cold
barua 15.1.2 letter
basi 8.1.1 so then
bata mzinga 24 turkey
bata wa bukini 24.1.2 goose
bi 2.2.2 abbreviation of bibi
biashara 1.1.1 business
bibi 2.1.2 Mrs., lady, grand mother
bibiye 5.3.2 young lady
bidhaa 1.1.1 goods
bila 7.2.8 without
bilafya 19.2.3 for your health
bilauri 18.1.1 drinking glass
bili 18.1.3 bill, account
bilioni 7 billion
bima 22.1.3 insurance
bimdogo 18.2.3 young lady
bingwa 4.1.3 expert
binti 2.2.2 daughter, girl
biriani 18.1.2 a rice dish
birika 18.2.2 kettle
biringani 24.1.2 eggplant
biya 19.2.6 beer
blangeti 21.2.18 blanket
blasta 22.2.3 adhesive plaster
boksi 13.2.2 box
bora 11.1.4 better
borohoa 24.1.2 lentil soup
boss 7.3.4 person in charge
bwana 2.1.6 Mr, gentleman
brashi 22.2.3 brush
buluu 14.1.1 buluu
bunge 21.1.2 parliament
buriani 23.1.4 farewell
burudani 9.2.13 entertainement
bwawa 21.2.7 swimming pool

C

chache 9.1.4 few
chai 9.2.0 tea
chajio 9.1.2 dinner, evening meal
chake 3.1.5 his
chakleti 18.2.2 chocolate
chako 20.2.4 your
chakula 9.2.0 food
chakunywa 19.2.2 something to drink
chama 4.2.6 party, organization
chamchana 9.1.1 lunch
chila 24.1.2 type of sweet bread
chini 14.2.4 down, under
choo 3.2.2 toilet
chukua 6.2.1 take
chumba 9.2.13 room
chumbani 9.2.13 inside the room
changu 21.2.18 my
chapati 18.2.2 bread
cha pili 111.2.3 second
chatini 24.1.1 chutney
chaza 24.1.1 oysters
chechee 2.2.1 Goodmorning/afternoon
chenye 21.2.3 with, having
cheo 3.1.5 rank, status
chewa 24.1.2 codfish
chezacheza 14.2.3 toys
chumvi 19.2.5 salt
chuokikuu 4.2.6 university
chupa 14.2.5 bottle

D

dada 5.2.8 sister
dadako 5.2.8 your sister
dadangu 5.2.1 my sister
dadake 5.3.4 his/her sister
dafu 19.2.4 young coconut
dagaa 24.1.2 sardines

dakika 9.2.6 minutes
daktari 4.2.6 doctor
damu 22.2.6 blood
daraja 22.2.6 class, step
dashiki 14.2.1 loose shirt
dereva 7.1.2 driver
dhahabu 14.2.8 gold
dharura 15.2.2 emergency
Disemba 9.2.12 December
dobi 21.1.7 laundryperson, cleaner

E

elfu 7 a thousand
elimu 6 education
embe 4.1.1 mango
endelea 11.1.1 continue
eskeleta 14.2.4 escalator
-etu 5.3.4 our

F

faluda 24.1.3 jelly
familia 2.2.4 family
farni 24.1.3 custard
fedha 12.2.6 money, silver
fika 6.1.4 arrive
fikiri 7.1.0 think
filam 9.1.3 film
fungua 18.1.3 open
funguo 21.2.18 keys
fuokavu 21.2.13 dry clean
fupi 14.2.9 short
furaha 8.1.2 happiness
furushi 13.3.2 package

G

gani 1.2.2 what kind, which
gari 4.1.2 vehicle
garimoshi 11.2.2 train
gatini 11.2.1 landing-pier
gauni 14.1.1 dress, gown
gazeti 1.1.1 newspaper
glavu 14.2.1 gloves
geuka 11.1.2 turn
gharama 15.1.3 expenses
ghorofa 14.2.4 storey, floor
gilasi 18.1.2 glass
giza 14.2.9 dark

H

halafu 11.1.2 then, later
hali 2.1.4 condition
hamam 21.2.7 sauna, public baths
hamjambo 2.25 how are you (pl.)
hamjui 6.2.6 you don't know
hamsini/khamsini 7.2.5 fifty
habari 1.1.1 news
hadi 11.1.2 until
hafla 9.2.12 festivity
haifanyi kazi 21.2.18 it does not work
haijibu 16.2.5 it does not answer
haizidi 11.2.4 it is not more
hajafika 10.3.5 he has not been, has not arrived
Hajambo? 2.2.4 How is he/she? Nothing the matter with him/her
hajaoa 5.2.9 he is not married
hajibu 17.2.4 he is not answering
hajifunzi 6.2.3 he is not studying/learning
hajui 6.2.6 he does not know
hakifanyi kazi 21.2.18 it does not work
hakika 23.1.1 certain
hakimu 5.2.7 judge
hakuna 10.1.1 there is no
hakuwa 5.1.4 he was not
hakuweza 5.1.4 was not able
halafu 11.1.2 then, later
hapa 1.1.1 here
hapana 1.1.1 no, there is not
hariri 21.2.13 silk
hasa 10.1.1 especially
hata 12.2.6 until
hatoki 4.1.4 he does not come from
hatufanyi 7.2.10 we do not do
hatujafika 10.3.3 we have not been, not reached
hatujambo 2.1.6 we are fine
hatujui 5.2.9 we do not know
hatukukuona 2.1.6 we did not see you
hawajui 6.1.1 they do not know
hawakufika 10.2.13 they have not been, reached
hawala 20.1.3 money order
hawasemi 8.2.2 they do not speak
hawatoki 4.1.5 they do not come from
haya 9.1.3 alright
hayuko 5.1.4 she is not here
hatukuonana 2.1.6 we did not meet
hatuna 7 2.8 we don't have
hawa 5.1.2 these people
hawajambo? 2.2.4 how are they?
hawajibu 16.2.5 they don't answer

heri/kheri 13.1.5 goodness, blessings
hesabu 18.1.3 account
hewa 10.1.1 weather
hii 5.1.1 this, **hiihii** this same one
Hindi 4.2.5 India
hisani 23.1.4 hospitality, kindness
Hispania 6.2.2 Spanish
hivi 13.1.3 these, **hivyo** those
hizi 12.1.1 these, **hizo** those
hodhi 21.2.15 bath tub, water tank
homa 22.2.5 fever
hongera 19.2.8 congratulation
hoteli 9.1.4 hotel
hotelini 9.2.13 in the hotel
huduma 21.1.6 services
hufunguliwa 21.1.8 is usually opened
hufungwa 21.2.10 is usually closed
Hujambo? 2.1.1 How are you?
hujui 6.2.6 you don't know
huko 6.1.1 there
hukubahatika 21.1.2 you are not lucky
huna? 12.1.1 don't you have?
hundi 13.2.4 check
hupatikana 11.1.6 is usually obtainable
huu 13.1.3 this, **huuhuu** this same one
huuliza 11 one usually asks
huwa 21 is usually
huweza 21.2.6 is usually able
huyo 3.1.4 that person
huyu 3..1.4 this person

I

ijayo 9.1.5 next
Ijumaa 9.2.2 Friday
iko 11.2.1 is at
ile 5.3.4 that, **ileile** that same one
ili 23.1.3 in order
ilikuwa 23.1.2 it was
iliyo 14.2.9 which is
inayopitia 23.1.2 which passes by
inahitajia 22.2.4 it requires
inakwenda 12.1.3 it goes
inanipwaa 14.1.4 it is loose on me
inaondoka 23.1.1 it leaves
inaonyeshwa 9.1.3 it is shown
inapita 12.2.5 it passes
inapolia 16.1.1 when it rings
inatoka 16.2.5 it comes from
inatubidi 23.1.1 we will have to
inaweza 21.2.2 it is possible
ishirini 7.2.5 twenty
isipokufaa 22.2.4 if it does not suit you/fit you
isiyosita 12.2.4 express, which does not stop
itafaa 20.1.5 will do, is suitable
itakapolia 16.1.1 when it rings
itakufaa 14.1.4 it will fit you
itakusaidia 22.1.2 it will help you
ishi 7.1.1 live
itakuwa 10.1.1 it will be
itaondoka 12.1.4 it will leave
itwa 5.1.1 called
iweke 21.2.15 put it

J

jadili 9.1.4 discuss, debate
jaji 5.2.7 judge
jamaa 2.2.4 relatives
jambo 17.2.4 matter
jana 10.2.5 yesterday
Januari 9.2.12 January
jaribu 14.1.4 try
jarida 14.2.2 magazine
jawabu 17.1.2 answer
jaza 13.1.3 fill in
je 2.1.1 interrogative word, changes statement to question
jibini 18.2.2 cheese
jibu 16.2.5 answer
jifunza 6.1.1 learn
jikoni 19.1.2 in the kitchen
jina 1.1.1 name
jingine 21.2.18 another one
jioni 9.2.7 evening
jivu 14.2.8 ashes, **majivu** grey
johari 20.2.1 jewel
jozi 14.2.5 pair
jua 6.1.2 know
Julai 9.2.12 July
julisha 1.1.1 introduce
juma 9.1.4 week
Jumaane/ Jumanne 9.2.2 Tuesday
Jumamosi 9.2.2 Saturday
Jumapili 9.2.2 Sunday
Jumatano 9.2.2 Wednesday
Jumatatu 9.2.2 Monday
jumba 4.2.6 building
jumla 12.1.1 total
Juni 9.2.12 June
juu 6.1.1 up, top
juzi 10.2.5 day before

K

kaa 3.2.5 stay, live

kaa 24.1.1 crab
kababu 24.1.1 meatballs
kabisa 5.1.5 utmost
kabla 14.1.4 before
kachori 24.1.1 potato balls
kadi1 3.1.4 card
kaeni 19.2.2 sit down (pl.)
kafeteria 21.2.7 cafeteria
kahawa 9.2.1 coffee
kahawia 14.2.9 brown
kaimati 24.1.1 sweet balls made out of flour
kaka 5 .1.4 elder brother
kakake 5.1.4 his elder brother
kakako your elder brother
kakangu my elder brother
kakao their elder brother
kalamu 14.2.2 pen
kale 7.2.2 ancient, old
kama 10.1.1 as, like
kamata 16.1.4 hold
kamba 24.1.1 shrimp
kambakoche/kambamti
 24.1.4 lobster
kambare 24.1.1 catfish
kamili 12.2.2   complete, exactly
kamusi 14.1.3 dictionary
kanga 14.2.1 printed cotton cloth with four borders
kanisa 11.2.1 church
kanisani 12.3.1 to/from/at church
kanzu 14.1.1 dress
karamu 9.2.0 party
karani 16.2.1 clerk
karatasi 13.1.3 paper
karibu 7.1.1 near, welcome
karibuni 18.1.1 welcome (pl.), recently
kaseti 14.3.1 .cassette
kaskazini 10.1.1 north
kasoro 9.2.6 less
kasorobo 9.2.4 quarter to
kastam 20.1.0 customs
kati 12.1.1 middle
katibu 1.1.1 secretary
katika 5.1.4 inside
katikati 11.2.1 in the middle
katlesi 24.1.1 cutlets
kavu 19.2.4 dry, plain
kawaida 14.1.1 regular
kazi 1.1.1 work
kebeji 24.1.1 cabbage
keki 24.1.3 cake
Kemiya 6.2.3 Chemistry
kesho 6.2.0   tomorrow

kesho kutwa 9.1.3 day after tomorrow
kiangazi 23.1.3 summer
kiarabu 6.1.1 Arabic
kiasi 13.1.5 amount, quantity
kiaustralia 20.2.2 Australian
kibainisha 16.1.1 code
kibali 20.2.4 identification card
kibati 22.2.3 tin
kichina 6.2.2 Chinese
kichwa 22.2.3 head
kidani 14.2.9 necklace
kidogo 2.2.9 a little
kienyeji 14.2.7 local
Kifaransa 4.1.2 French
kifuani 22.2.5 in the chest
kifuko 21.2.18 wallet
kifungua kinywa 18.1.1 breakfast
kifurushi 15.1.3 small package
kifutio 14.2.2 eraser
kigeni 6.1.1 foreign
Kihindi 6.1.1 Indian
Kihispania/Kispenish 6.2.2 Spanish
Kiingereza 6.1.1 English
kijacho 21.1.3 next
kijaluba 22.2.3 kit, small box
kijani 14.2.9 green
Kijerumani 6.2.2 German
kijivu 14.2.8 gray
kijumba 16.1.1 booth
kikali 24.1.1 sharp, strong
kikapu 14.2.8 basket
kikaratasi 15.2.4 piece of paper
kike 15.1.5 female
kiko 11.1.2 is at
kikohozi 22.1.2 cough
kikombe 18.2.2 cup
kikuu 4.2.6 high
kila 18.1.3 every
kilemba 14.1.6 turban
kilichochapishwa 15.3.1 printed
kilingo 14.1.4 size
kimarekani 20.1.2 American
kimoja 13.1.3 one
kimya 19.1.1 quiet
kina 5.3.2 it has
kinaandaliwa 21.1.4 is served
kinakwenda 15.1.3 it goes
kingine 18.1.1 another
kinyago 14.2.8 carved statue
kinyozi 22.1.0 barber
kinywa 18.1.1 mouth
kinywaji 9.2.0 a drink
kipande 19.2.6 piece
kipi 4.2.6 which one

kipochi 21.2.18 wallet
kirefu 14.2.9 long
Kirusi 6.2.2 Russian
kisikilio/kisikio 16.1.1 receiver
Kiswahili 6.1.2. Swahili language
kitabu 14.1.3 book
kitaifa 4.1.5 national
kitakuwa 21.2.9 it will be
Kitaliana 6.2.2 Italian
kitambo 2.1.6 a while
kitambulisho 20.1.5 identification
kitamu 18.1.2 sweet, dessert
kitanda 21.2.15 bed
kitenge 14.1.4 cotton cloth with African designs
kiti 13.2.1 chair, seat
kito 14.2.9 precious stone
kitoajoto 21.2.18 heater
kitu 18.1.1 thing
kituo 11.1.2 a stop
kitupu 21.1.1 empty, vacant
kiume 5.2.1 male
kiunoni 14.1.4 around the waist
kiwandani 7.2.10 at the factory
kiwanja cha ndege 11.1.3 airport
kizungu 21.2.18 European
kizuri 11.1.6 good, beautiful
kochi 14.1.1 coach
kofia 14.2.1 hat,cap
kondoo 18.2.2 sheep
koo 22.2.5 throat
koti 14.2.1 coat
krimu 19.2.5 cream
kuacha 21.2.13 to leave
kuaga 23.2.1 to say goodbye
kuagiza 18.1.2 to order
kuainisha 20.1.1 to declare
kualika 9.1.2 to invite
kuamshwa 21.211 to be woken up
kuandaliwa 21.1.4 to be served
kuandika 15.1.4 to write
kuanzia 21.1.4 beginning
kubadilisha 12.2.6 to change
kubwa 7.1.2 senior, large, big
kucha 21.2.10 all night
kuchoma 18.1.2 to roast
kuchukua 13.1.3 to take, carry
kudansi 9.2.2 to dance
kuelekeza 11.1.0 to direct
kufuliwa 21.17 to have clothes washed
kufungisha 13.2.5 to reserve
kuiandikisha 13.2.2 to register
kuipata 14.1.4 to get it
kuipitia 9.1.5 to go over

kuishi 19.1.1 to live
kuisikia 1415 to hear it
kuita 16.2.1 to call
kuitembelea 13.2.5 to visit
kuja 9.1.2 to come
kujaribu 19.1.2 to try
kujizoeza 8.1.1 to practice
kujulisha 3.1.1 to introduce
kukaanga 18.1.1 to fry
kukaribisha 23.1.4 to welcome
kukata 22.1.1 to cut
kukohoa 22.1.2 to cough
kuku 18.1.2 chicken
kukualika 9.1.2 to invite you (sg.)
kukualikeni 9.1.2 to invite you (pl.)
kukubania 14.1.4 to tighten it for you
kukujulisha 3.1.1 to introduce you
kukukaribisheni 23.1.4 to welcome you (pl)
kukunjua 13.1.2 to unfold
kukupokea 23.1.3 to receive from you, meet you
kukupungia 23.1.3 to wave to you
kula 9.2.0 to eat, eating
kule 14.1.2 over there
kulia 8.3.6 grow up, 11.2.10 right hand ,21.2.10 to eat in or with
kulipa 18.1.4 to pay, paying
kulipia 13.1.5 to pay for
kulipwa 16.3.2 to be paid
kumi 7.2.4 ten
kumimina 24.1.1 rice bread
kumjulisha 3 to introduce someone
kumwita 17.2.5 to call someone
kuna 11.1.5 there is/are
kunde 24.1.1 beans
kungoja/kungojea 12.2.1 to wait, waiting
kunialika 23.2.1 to invite me
kuniamsha 21.1.5 to wake me up
kuniita 17.2.5 to call me
kunionyesha 11.2.6 to show me
kunipigia simu 23.2.5 to telephone me
kunisafishia 22.1.4 kudevelop/clean for me
kunisaidia 8.2.5 to help me
kunisifia 11.2.6 to recommend to me
kunitembelea 23.2.5 to visit me
kunyoshwa 22.2.2 to straighten
kunywa 9.2.0 to drink, drinking
kunyweni 19.2.3 drink (pl)
kuoa 5.1.5 to marry
kuolewa 5.2.9 to be married
kuona 2.1.2 to see

kuonana 2.1.2 to meet
kuonja 19.1.2 to taste
kuosha 22.2.2 to wash
kupata 10.2.7 to get
kupatikana 21.1.2 possible to get
kupeleka 12.1.1 to send, sending
kurejea 23.1.1 to return, returning
kurudi 13.1.1 to return, returning
kusafirishia 15.2.4 to export it to
kusahihishwa 15.2.2 to be certified
kushirikiana 19.2.3 to perticipate
kushoto 11.1.2 the left hand side
kusini 10.3.1 south
kusumbuliwa/kughasiwa 21.2.18 to be disturbed
kutazama 14.2.8 to look at
kutembea 9.2.2 to go out for pleasure
kutengeneza 22.2.2 to fix, repair
kutuangalia 23.1.2 to look after us
kutupigia 23.3.1 to telephone us
kutwa 13.1.5 full-day
kuuliza 11.1.1 to ask
kuumwa 22.2.5 to hurt, to be ill
kuvaa 14.1.1 to wear, wearing
kuvunja 20.1.3 to break, breaking
kuvuruga 18.2.2 to scramble, mix
kuwa 5.1.4 to be
kuzaliwa 9.2.2 to be born
kuzuru 19.1.0 to visit/visiting
kwa 1.1.1 at, by, for, with
kwaheri 13.1.5 goodbye
kwake 14.2.8 his/her place
kwamba 17.2.5 that
kwangu 9.1.2 at my place
kwanza 10.1.1 first
kwenda 2.2.8 to go
kwenye 1.1.1 on, at
kwetu 9.1.4 at our place
kwisha 2.2.11 to finish

L

layseni 20.1.5 license
lazima 11.1.3 must
lenye 7.1.1 which has
leo 9.1.4 today
lifti 14.2.4 lift
litaondoka 23.2.4 it will leave
likizo 1.1.1 vacation
liko 21.2.16 is at
lililokukabili 20.1.4 which faces you
limau 8.2.2 lemon
limefungwa 20.2.10 it is closed
lina 5 it has
linaitwa 5 it is called
linakwenda 12.1.3 it goes
linaniuma 22.1.5 it hurts me
linaondoka 23.2.4 it leaves
lini 9.1.3 when
lipi 4.2.6 which one
litakuwa 13.1.5 it will be
lugha 6.1.1 language
lulu 14 pearle

M

magole 18.2.2 pancakes
maagizo 21.1.4 message
maalumu/maalum 15.1.5 special
mabruk 19.2.8 congratulations
Machi 4.1.3 March
macho 22.2.5 eyes
madukani 14.2.9 to the shops, shopping
mafua 22.2.3 a cold
mafunzo 6.1.0 training
mahali 7.3.10 place
maharagwe 24.3.1 broad beans
Mai 9.3.4 May
majani 14.2.5 green, grass, leaves
maji 18.1.1 water
maktaba 9.2.13 library
mama 2.2.2 mother
mamake 5.3.4 his/her mother
mamako 6.2.2 your mother
mamangu 4.2.5 my mother
mambo 2.1.8 matters
mashariki 1.1.1 east
masomo 6.2.1 studies, lessons
matatu 13.3.2 three, a taxi van/bus
matembezi 11.2.6 excursion
matoke 24.1.2 mashed plantains
manjano 14.2.9 yellow
manyoya 14.2.5 feathers, fur
maonyesho 21.1.2 exhibition
mapambo 14.2.7 ornaments, decorations
mapema 13.2.4 early
mara 7.3.2 times
marahaba 2.1.6 response to Shikamoo
mardufu 18.2.1 double
Marekani 1.1.1 American
matufaha 18.2.2 apples
matunda 19.1.3 fruit
maumivu 22.2.3 pain
mavazi 14.1.1 clothes, costumes
mawili 10.1.1 two
mawimbi 22.2.2 waves
mayai 12.1.1 eggs

maziwa 18.2.2 milk
mazungumzo 12.1.0 conversation
mbaazi 18.1.2 peas
mbali 11.1.5 far
mbalimbali 18.1.3 separate, different
mbatata 18.2.1 potato
mbaya 2.2.6 bad
mbele 9.2.13 in front
mbichi 24.1.2 unripe, uncooked
mbili 7.2.4 two
mboga 24.1.2 vegetables
mbuga 11.2.1 game park
mbuzi 24.1.2 goat
meli 15.1.3 mail, ship
meno 22.2.3 teeth
mchana 9.1.1 noon, daytime
mchanganyiko 21.1.0 miscellaneous, mixture
mchezo 9.2.0 play, game
mchicha 24.1.2 spinach
Mchina 4.1.3 Chinese person
mchumba 5.1.4 fiancé
mchuzi 19.1.4 curry
mdogo 5.1.4 young
meza 19.1.3 table
mfanya biashara 5.2.6 businessperson
mfanyakazi 4.1.1 employee
Mfaransa 4.2.2 French person
mfuko 13.3.2 bag
mfupi 14.2.9 short
mgeni 11.2.4 guest, visitor
mgongo 22.2.5 the back
mguu 22.2.5 leg
mhandisi 6.3.5 engineer
mhazini 20.1.3 cashier
mhogo 24.1.2 cassava
mia 7.1.1 hundred
miadi 9.1.4 appointment
miaka 7.1.1 years
mikataba 9.1.5 contracts
milioni 7 million
mitambo 4.1.3 machines
miwani 21.2.18 eye glasses
mizigo 12.1.1 luggage, loads
Mjapani 4.2.5 Japanese person
mjenzi 5.3.2 architect
Mjerumani 4.2.2 German
mji 3.1.5 town/city
mimi 1.1.1 I
mingapi 7.1.1 how many
mirabamine 14.2.8 square
mistari 16.2.5 lines
mjumbe 3.1.1 representative

mkopo 13.1.4 loan, debt
mkufu 14.2.8 chain
mkulima 5.2.6 farmer
mkurugenzi 4.2.2 director
mkuu 23.2.6 director, senior
mlango 21.1.7 door
mlipaji 16.2.3 payee
Mmarekani 1.1.1 American person
mnamo 17.2.5 during
mnene 14.2.8 thick, fat
mno 10.1.1 very/much
mosi 9.2.12 first
moto 18.2.2 hot, fire
moja 4.3.1 one
mpaka 11.1.1 until
mpe 17.2.4 give him
mpimadawa 5.1.2 pharmacist
mpitanjia 22.1.3 one passing through
mpya 14.2.7 new
Mswiss 1.1.1 a Swiss person
Mtaliana 1.1.1 Italian
mtalii 13.3.4 tourist
Mtanzania 1.1.1 a Tanzanian
mtibabu 6.2.5 doctor
mtoto 5.2.3 child
mtu 3.2.3 person
mtumishi 4.2.2 employee
mrefu 8.1.2 long, tall
Mrusi 4.2.5 a Russian
msafiri 22.1.3 traveller
msafirishaji 1.1.1 exporter
msaidizi 4.2.5 assistant
msalani 21.2.16 restrooms, toilet
msalkheri 2.2.1 good afternoon/evening
mseto 24 rice mixed with green lentils
mshauri 22.1.2 consultant
msichana 5.1.5 girl
msingi 6.2.1 foundation
Msumbiji 13.2.1 Mozambique
msuwaki 22.2.3 toothbrush
Mswahili 1.1.1 a Swahili person
mualiko/mwaliko 9.1.5 invitation
muandalizi 7.2.10 waiter
Muaustralia 1.1.1 Australian
muda 6.1.1 period of time
Muhindi 4.2.5 Indian
mume 4.2.5 husband
mumeo 5.2.3 your husband
mumewe 7.1.1 her husband
mwangaza 14.2.9 light
mwanzo 13.2.3 first, beginning
Mwarabu 4.2.5 an Arab
mwekundu 18.2.2 red
mwema 2.2.2 good

mwembamba 14.2.8 thin
mwenyeji 3.2.3 local person
mwenyewe 14.1.4 oneself
mwenzako 7.3.5 your fellow
mweupe 14.2.9 white
mwezi 9.2.11 month
Mwingereza 1.1.1 English person
mwakani 6.1.2 next year
mwalimu 5.2.7 teacher
mwambie 17.2.5 tell him/her
mwana 2.2.4 child, person
mwanafunzi 5.2.7 student
mwanasheria 5.2.6 lawyer
mwandikishaji 21.1.3 one who records/writes down
mwandishi 1.1.1 journalist, writer
mwingine 3.2.9 another person
mwisho 9.2.2 end, last
mzazi 5 parent
mzigo 13.1.2 luggage, load
mzima 1.1.1 well

N

na 2.1.1 and
nakala 22.2.7 copy
namba/nambari 11.1.4 number
nadhani 22.2.5 I believe, think
nafikiri 7.1.2 I think
namna 14.1.5 kind
nanasi 24.1.1 pineapple
nane 7.2.4 eight
nani 3.1.5 who, whom
naomba 14.2.2 I am asking for
natafuta 14.1.1 I am looking for
natumaini 23.1.4 I hope
nauli 12.1.1 fare
naumwa 22.1.3 I'm not feeling well, I have pain in
nazi 24.1.2 coconut
nchi 3.1.5 country
ndama 24.1.2 young sheep
ndani 15.2.4 inside
ndefu 14.1.1 long
ndege 4.2.6 bird, plane
ndimu 21.2.12 lime
ndiye 3.2.8 it is him/her
ndiyo 2.2.6 yes, it is so
ndizi 24.1.2 banana
ndogo 24.1.1 small
ndugu 5.1.4 sibling
nenda 11.1.2 go (sg), nendeni (pl)
neno 15.1.4 word
ngapi? 7.1.1 how many?
ngazi 14.2.4 stairs, steps

ngazimtambo 14.2.4 escalator
ngisi 24.1.1 squid
ngoja/ngojea 12.1.4 wait
ngozi 14.2.5 leather, skin
nguo 14.1.1 clothes
nguru 24.1.2 king fish
nguruwe 24.1.2 pig
ni 1.1.1 is/am/are
niaba 19.1.6 on behalf
niambie 16.1.1 tell me
nibadilishie 20.2.2 change for me
nichukue? 19.2.1 shall I take,
nichukue 29.3.2 take me
niletee 18.2.3 bring me
nilipokuwa 8.1.1 when I was
nimefurahi 2.1.2 I'm happy
nimeipenda 19.2.7 I like it
nimejikata 22.2.5 I have cut myself
nimejiumiza 22.2.5 I have hurt myself
nimepoteza 21.2.18 I have lost
nimeshiba 19.2.7 I'm full
ninafanya kazi 1.1.1 I work
ninaishi 7.2.2 I live
nionyeshe 14.1.1 show me
nipatie 17.2.3 get for me
nipe 13.1.3 give me sg.), nipeni(pl)
nipigie simu 23.1.3 telephone me
nisaidie 8.2.5 help me
nitakuandikia 23.1..3 I will write to you
nini 3.1.5 what
nitengenezee 22.2.7 fix for me
nje 11.1.6 outside
njema 1.1.1 good
njia 11.1.1 road, way
njiapanda 11.1.2 intersection
njoo 9.1.4 come (sg)
njooni 9.1.4 come (pl)
njugu 24.1.3 peanuts
njuti 14.1.6 shoes
nne 7.2.4 four
noti 20.2.3 bill
Novemba 9.2.12 November
nukta 12.2.6 seconds
nunua 11.1.5 buy
nuru 17.2.6 light
nusu 9.1.3 half
nyama 18.1.2 meat
nyanya 24.3.1 tomato
nyanyua 16.1.1 lift up
nyekundu 14.2.5 red
nyembamba 14.2.9 thin, narrow
nyeupe 14.2.5 white
nyeusi 14.2.9 black
nyimbo 14.1.5 songs, uimbo (sg)

nyingi 2.1.7 many, much
nyingine 22.1.2 another one
nyinyi 2.1.5 you all
nyote 2.1.6 all of you
nyuma 14.2.9 behind, back
nyumba 2.2.5 house
nyumbani 2.2.5 home, at/from/to house
nywele 22.1.1 hair
nzuri 2.2.6 good

O

oa 5.1.4 marry
ofisi 9.1.1 office
Oktoba 9.2.12 October
olewa 5.1.4 be married
ona 2.1.2 see, seeing
onana 2.1.2 meet
ongea 8.2.1 converse

P

paa 24.1.2 deer
pale 16.2.2 over there
pamoja 18.1.1 together
panda 11.2.2 ride, get on
papa 24.1.2 shark
papai 24.1.3 pawpaw
papombe 21.2.10 bar
pauni 20.2.2 sterling pound
pazuri 19.1.1 beautiful place
penda 1.1.1 like
pengine 21.1.2 another place, sometimes
penseli 14.2.2 pencil
penye 11.1.2 at a place
peremende 22.2.3 candy, sweets
pesa 11.2.6 money
pete 14.1.6 a ring
piga 16.1.1 hit, strike
piga simu 16.1.1 t elephone
pili 9.2.2 second
pilipili 19.2.5 pepper
pinda 11.1.1 cross
pochi 14.2.8 bracelet
pole 2.2.11 sorry polepole slowly
pombe 9.2.1 beer
pongezi 15.2.3 congratulation
postkadi 15.2.1 post cards
powa 2.2.11 calm down
poza 2.2.11 to calm, cure
pwani 21.2.16 beach
pweza 24.1.1 octopus

R

rafiki 4.2.5 friend
raia 3.2.3 citizen
ramani 11.2.6 map
rambirambi 15.2.3 condolence
rangi 4.2.9 color
rasmi 14.1.1 official
refu 8.1.2 tall, long
rejea 10.2.9 go back, return
risiti 15.2.4 receipt
riyadha 14.2.3 exercise
roho 22.1.3 throat
rudi 8.2.5 go back
rudia 8.2.5 repeat
rudisha 16.2.5 return something

S

saa 9.1.1 hour, clock, watch
saba 7.2.4 seven
sabini 7 seventy
safarini 5.1.4 on a journey
safi 2.2.3 clean
safiri 6.1.2 travel
sahani 18.2.2 plate
sahibu 5.1.2 friend, acquaintance
sahihi 15.2.2 signature, correct
saidia 7.1.2 help
sakafu 14.2.4 floor
salaam 2.2.1 peace, greetings
saladi 18.1.2 salad
salama 2.2.4 peaceful
salamu 23.2.6 regards
samahani 11.1.1 sorry, forgiveness
samaki 18.1.2 fish
sambusa 24.1.1 meat pastry
sana 5.1.5 very
sanduku 13.1.3 suitcase
sapatu 14.2.1 sandals
sarafu 20.2.3 coins
sarkasi 9.2.0 circus
sasa 2.2.9 now
sawa 2.1.3 fine, alright
sebuleni 22.13 waiting room
sehemu 10.1.1 section, part
sema 6.2.2 speak
senti 20.1.2 cents
Septemba 9.2.12 September
shaba 14.2.8 brass, copper
shaka 7.2.8 doubt
shamba 7.1.1 country, plantation
shanga 14.2.9 beads
sharbati 19.2.2 sherbert
shati 14.2.1 shirt

shauri 22.2.4 decision
shelisheli 24.1.2 breadfruit
sherehe 9.2.13 celebration
sheria 5.2.5 law
Shikamoo 2.1.6 good morning/evening
shilingi 12.1.1 shillings
shirika 4.1.2 firm, company
shokishoki 24.1.3 rambutan
shughuli 9.2.12 function
shule 5.1.5 school
si 2.2.6 not
sigireti 20.2.1 cigarettes
sijambo 2.1.1 I'm fine, there is nothing wrong
sijapata 10.2.7 I've never
sijui 5.2.9 I don't know
sikio 16.2.5 ear
siku 2.2.8 day
sikufahamu 8.2.5 I didn't understand
sita 7.2.4 six
sitaki 21.2.18 I don't want
sitini 7.2.5 sixty
sikukuona 8.1.2 I didn't see you
simama 12.1.2 stop/stand up
simu 11.1.6 telephone
sina 9.2.9 I don't have
sindano 22.2.6 needle, injection
sisemi 8.2.2 I don't speak
sisi 2.1.5 we
siyo 11.1.3 wrong, not so
siwezi 9.2.9 I am not able
stempu 15.1.1 stamps
stikbadhi 15.2.4 receipt
subalkheri 2.2.1 Goodmorning
subiri 10.1.1 wait
sufuri 16.2.4 zero
sukari 19.2.5 sugar
suruali 14.2.1 trousers
suti 14.2.5 suit
Swiiza 3.3.2 Switzerland

T

taa 11.1.1 light
taasisi 8.3.1 institute
tafadhali 8.2.5 please
tafauti 22.2.3 different
tai 14.2.5 tie
tambi 24.1.3 sweet vermicelli
tamthiliya 9.2.0 drama, play
tangazo 23.1.2 announcement
tangu 2.2.8 since
tano 7.2.4 five
tanotano 7 in fives

tarehe 9.1.5 date
taslimu 13.1.4 cash
tatu 7.2.4 three
tayari 14.1.4 ready
teremka 12.1.2 get off
teitei 21.2.13 skirt
teksi 7.1.2 taxi
tena 8.2.5 again
thelathini 7.1.1 thirty
themanini 7.2.5 eighty
thuluthi 9.2.6 a third
tia 13.1.3 put in
tikti 11.1.5 ticket
tisa 7.2.4 nine
tisini 7.2.5 ninety
toa 15.1.2 take out
toka 3.1.1 come from
treni 12.1.4 train
tukuageni 23.2.1 let us say googbye to you
tukutane 9.1.3 let us meet
tuletee 18.1.2 bring us
tumbo 22.2.5 stomach
twende 9.1.1 we go, let us go
twiga 11.1.4 giraffe

U

ualimu 5.2.5 teaching
Uchina 4.2.5 China
uchumi 6.2.3 economics
Ufaransa 4.2.5 France
uhandisi 5.2.5 engineering
Uholanzi 16.3.1 Holland
uhuru 4.3.2 freedom
Uingereza 4.2.5 England
Uitalia 8.3.2 Italy
ujao 10.2.13 next, the coming
Ujapani 4.2.5 Japan
ujenzi 5.2.9 architecture
Ujerumani 4.2.5 German
ukija 23.1.2 when/if you come
ukubwa 22.1.4 size
ukulima 5.2.5 farming, agriculture
ukwaju 24.1.3 tamarind
Ulaya 10.3.4 Europe
ulevi 20.2.1 liquor
ulingo 12.2.6 platform
uliopita 10 the past, last
uliza 11.1.1 ask
umbo 14.2.9 shape
ujumbe 17.2.4 message
umri 7.2.3 age
Unguja 3.2.3 Zanzibar
unono 21.1.4 soundly

Unguja 3.2.3 Zanzibar
unono 21.1.4 soundly
unusu 21.1.5 and a half
upande 11.2.2 side
upesi 11.2.5 quickly
upi? 12.2.6 which one?
Urusi 4.2.5. Russia
usafirishaji 15..1.3 transportation
ushuru 20.1.1 custom's duty
usiku 2.2.2 night
usingizi 22.2.3 sleeping
usisahau 23.3.1 don't forget
utibabu 6.1.2 medical treatment
utingo 11.1.4 conductor
uwanja 11.1.3 open field
uyoga 24 mushroom

V

vaa 14.1.1 wear
viatu 14.2.1 shoes
viazi 19.2.5 potatoes, sweet potatoes
vidonge 22.1.2 pills
vifaa 13.2.2 equipment
vifuniko 14.2.5 covers
vikapu 14.2.8 baskets
vikaratasi 13.1.3 pieces of paper
vikombe 21.3.4 cups
vimechukuliwa 21.1.2 have been taken
vine 11.1.5 four
vingi 10.1.1 many
vinyago 14.2.8 carvings
vipi 2.1.8 how
vitambaa 14.2.7 cloths, fabric
vitanda 13.1.2 beds
viti 13.1.2 chairs, seats
vitu 14.1.1 things
vitunguu 18.1.2 onions
viwili 13.1.3 two
vizuri 6.1.2 well
vua 19.1.1 take off
vya 13.1.2 of
vyakula 14.2.3 food
vyema 8.1.2 well, good
vyombo 20.2.1. ornaments, utensils, vessels
vyote 21.1.2 all
vyovyote 23.1.1 any
vyumba 21.1.1 rooms

W

wakati 5.1.4 time
wakili 6.2.5 lawyer
wale 4.1.5 those people
wali 10.1.4 cooked rice
wambaje 2.2.8 how are you?
wanyama 11.2.1 animals
wao 3 they
wapi? 3.2.9 where?
wardi 14.2.8 pink, rose
wasiwasi 21.1.5 doubt
wawili 5.1.5 two
weza 5.1.4 able
wikendi 9.2.2 weekend
wiki 9.2.2 week
wino 14.2.2 ink
wizara 17.2.3 ministry
wote 5.1.5 both, all

Z

zaa 9.2.2 given birth
zabibu 24 grapes, raisins
zaidi 11.1.4 more
zaliwa 9.2.2 be born
zawadi 19.1.6 present

www.ingramcontent.com/pod-product-compliance
Lightning Source LLC
Chambersburg PA
CBHW082106230426
43671CB00015B/2618